பாராட்டு மழையில்!

"எதிர்மறைகளை எப்படி உதறித் தள்ள வேண்டும் என்பதையும், அனைத்துச் சூழல்களிலும் நேர்மறைகளை எப்படிக் காண வேண்டும் என்பதையும், நன்னம்பிக்கையாளராகவும் உயர் உற்பத்தித் திறன் கொண்டவராகவும் எப்படி ஆவது என்பதையும் இந்நூல் உங்களுக்குக் காட்டும்."

- ஜாக் கேன்ஃபீல்டு, நூலாசிரியர்

"பத்தாண்டுகளுக்கு ஒரு முறை, மணியான ஒரு புத்தகம் படைக்கப்படும். பிரையனும் கிறிஸ்டினாவும் பட்டை தீட்டிய வைரம் போன்ற ஒன்றை உங்களுக்குக் கொடுத்திருக்கின்றனர். உங்களுடைய வாழ்க்கைச் சூழல் எப்படி இருந்தாலும் சரி, உங்கள் வாழ்க்கையை வெற்றிகரமாக மாற்றுவதற்கான கொள்கைகளை இந்நூல் கொண்டுள்ளது."

- டெனிஸ் வெயிட்லி, நூலாசிரியர்

"பிரையன் டிரேசி மீண்டும் சாதித்துள்ளார்! உங்களுடைய வாழ்க்கையை மாற்றப் போகின்ற ஒரு புத்தகத்தைப் படிப்பதற்கு உங்களைத் தயார்படுத்திக் கொள்ளுங்கள்!"

- பாட் வில்லியம்ஸ், நூலாசிரியர்

"உங்களை ஊக்குவிக்கின்ற இந்த அற்புதமான நூல், ஒரு முழுமையான நன்னம்பிக்கையாளராக ஆவது எப்படி என்பதை உங்களுக்கு எடுத்துரைக்கும்."

- ஹார்வி மேக்கே, நூலாசிரியர்

"உங்களுடைய கடந்தகால நினைவுகள் வருங்காலக் கனவுகளைவிட அதிகமாக இருந்தால் இப்புத்தகத்தைப் படியுங்கள். உங்கள் வாழ்க்கை மாறும், மகிழ்ச்சி உங்களுடைய துணையாகும்."

- டாட் டங்கன், நூலாசிரியர்

"தங்களை இழுத்துப் பிடித்துக் கொண்டிருக்கின்ற விஷயங்களிலிருந்து விடுபட்டு, தங்களுடைய கனவு வாழ்க்கையை நோக்கி நடைபோட விரும்புபவர்களுக்கான நூல் இது."

- ஜான் அசாரஃப், நூலாசிரியர்

"பிரையன் டிரேசியின் மற்றொரு வெற்றிப் படைப்பு. வெற்றியைச் சாதிப்பதற்கான ஒரு வழிகாட்டி நூல் இது. இதைப் படியுங்கள். இதில் கூறப்பட்டுள்ளவற்றை உங்கள் வாழ்வில் நடைமுறைப்படுத்துங்கள். அப்போது நீங்கள் உங்களுடைய வருங்காலத்தை நம்பிக்கையுடன் எதிர்கொள்வீர்கள்."

- பில் பச்ராச், நூலாசிரியர்

"எதிர்மறைகளை நேர்மறைகளாக மாற்றி, ஆரோக்கியமான, மெச்சத்தக்க, பிறருக்குப் பங்களிப்புகளை வழங்குகின்ற ஒரு வாழ்க்கையை வாழ்வதற்கான ஒரு வழிகாட்டி வரைபடத்தை பிரையன் டிரேசி இந்நூலின் மூலமாக நமக்கு வழங்கியுள்ளார்."

- பாட்ரிசியா ஃபிரிப், நூலாசிரியர்

முத்தமிடுவீர் அந்தத் தவளையை!

உங்களுடைய தனிப்பட்ட வாழ்க்கையிலும் தொழில்வாழ்க்கையிலும் எதிர்மறைகளை நேர்மறைகளாக மாற்றுவதற்கான 12 வழிமுறைகள்

பிரையன் டிரேசி

& கிறிஸ்டினா டிரேசி ஸ்டைன்

தமிழாக்கம்:
PSV குமாரசாமி

MANJUL

மஞ்சுள் பப்ளிஷிங் ஹவுஸ்

First published in India by

MANJUL

Manjul Publishing House

Corporate and Editorial Office
• 2nd Floor, Usha Preet Complex,
42 Malviya Nagar, Bhopal 462 003 - India

Sales and Marketing Office
• C-16, Sector 3, Noida, Uttar Pradesh, 201301, India

Website: www.manjulindia.com

Distribution Centres

Ahmedabad, Bengaluru, Chennai, Hyderabad,
Kochi, Kolkata, Mumbai, New Delhi, Pune

Tamil translation of *Kiss That Frog: 12 Great Ways To Turn Negatives Into Positives In Your Life And Work* by Brian Tracy & Christina Tracy Stein

This edition first published in India in 2022
Second impression 2025

ISBN 978-93-5543-226-1

Translation by: PSV Kumarasamy
Editing by: Nagalakshmi Shanmugam

Printed and bound in India by Repro India Ltd.

என் வாழ்வின் ஒளிவிளக்காகத் திகழும் என் மனைவி பார்பராவுக்கும், என் குழந்தைகள் கிறிஸ்டினா, மைக்கேல், டேவிட், கேத்தரீன் ஆகியோருக்கும் நான் இந்நூலைக் காணிக்கையாக்குகிறேன். தங்களுடைய வாழ்நாள் முழுவதும் தொடர்ச்சியான, நிபந்தனையற்ற அன்பைப் பெறுகின்ற குழந்தைகள் வளர்ந்து பெரியவர்களாக ஆகின்றபோது எப்படி உயர்ந்த சுயமதிப்பையும் தன்னம்பிக்கையையும் கொண்டிருப்பார்கள் என்பதற்கான வாழும் எடுத்துக்காட்டுகளாக என் குழந்தைகள் நால்வரும் திகழ்கின்றனர்.

- பிரையன் டிரேசி

நிபந்தனையற்ற அன்பும் ஆதரவும் அளித்து வருகின்ற என் கணவருக்கும், என்னுடைய ஒவ்வொரு நாளையும் சிரிப்பு, அன்பு மற்றும் படிப்பினைகளால் நிறைந்திருக்கின்ற சாகச நாட்களாக மாற்றிக் கொண்டிருக்கின்ற என் குழந்தைகள் ஜூலியா, வில், ஸ்கார்லெட் ஆகியோருக்கும் நான் இந்நூலைச் சமர்ப்பிக்கிறேன்.

- கிறிஸ்டினா டிரேசி ஸ்டைன்

உள்ளடக்கம்

முன்னுரை

தவளையும் இளவரசியும்

"நல்லது, கெட்டது போன்ற எதுவும் கிடையாது. சிந்தனைதான் எதுவொன்றையும் அப்படி ஆக்குகிறது."

- வில்லியம் ஷேக்ஸ்பியர்

உங்கள் வாழ்க்கையைக் கொண்டு அற்புதமான ஒன்றைச் சாதிக்கவும், மகிழ்ச்சி, ஆனந்தம், அருமையான உறவுகள், செம்மையான ஆரோக்கியம், முழுமையான அபரிமிதம், பூரண மனநிறைவு ஆகியவற்றை அனுபவிக்கவும்தான் நீங்கள் இருந்த உலகில் பிறந்திருக்கிறீர்கள். அப்படி இருக்கும்போது, இப்போது நீங்கள் ஏன் உங்களுடைய கனவு வாழ்க்கையை வாழ்ந்து கொண்டிருக்கவில்லை?

உங்களுடைய மகிழ்ச்சி அல்லது மகிழ்ச்சியின்மைக்கும், வெற்றி அல்லது தோல்விக்குமான காரணங்களை நீங்கள் தெரிந்து கொள்ள விரும்பினால், உங்களுக்கு அருகே இருக்கும் கண்ணாடியைப் பாருங்கள். அந்தக் கண்ணாடியில் தெரிகின்ற உருவத்தைப் பற்றி நீங்கள் கொண்டிருக்கின்ற சிந்தனையின் தரம்தான் உங்களுடைய வாழ்க்கையின் தரத்தைப் பெருமளவு நிர்ணயிக்கிறது. உங்களைப் பற்றி நீங்கள் கொண்டுள்ள எண்ணங்களை நீங்கள் மாற்றிக் கொண்டால், கிட்டத்தட்ட உடனடியாக உங்களால் உங்களுடைய வாழ்க்கையை மாற்றிக் கொள்ள முடியும்.

ஒரு தேவதைக் கதை

ஒரு தேவதைக் கதையின்படி, வெகுகாலத்திற்கு முன்பு, கெடுநோக்குக் கொண்ட ஒரு சூனியக்காரி, ஒரு வசீகரமான இளவரசனை ஒரு தவளையாக மாற்றிவிட்டாள். ஓர் இளவரசி முத்தமிட்டால் மட்டுமே அந்த இளவரசன் சாப விமோசனம் பெறுவான். அது நடைபெறுவது சாத்தியமேயில்லை என்று அந்தச் சூனியக்காரி நம்பினாள்.

அதே வெகுகாலத்திற்கு முன்பு, ஓர் அழகான இளவரசி, ஒரு வசீகரமான இளவரசனைத் திருமணம் செய்து கொள்ள வேண்டும் என்று ஏங்கிக் கொண்டிருந்தாள். ஆனால் எந்தவோர் இளவரசனும் அவளுடைய வாழ்வில் தோன்றவில்லை. ஒரு நாள் அவள் ஒரு சிறிய ஏரியின் கரையோரமாக அமைந்திருந்த ஒரு காட்டுப் பகுதியில் நடந்து சென்று கொண்டிருந்தபோது, அங்கு வசித்து வந்த ஓர் அவலட்சணமான தவளையை அவள் கண்டாள். அவள் தன்னுடைய நிலைமையைப் பற்றி யோசித்தபடி அந்த ஏரியின் அருகே உட்கார்ந்தபோது, அந்தத் தவளை அவள் முன் துள்ளிக் குதித்துப் பேசத் துவங்கியது.

அந்தத் தவளை அவளிடம், "நான் உண்மையிலேயே ஓர் இளவரசன். நீ மட்டும் என்னை முத்தமிட்டுவிட்டால், நான் பழையபடி ஓர் அழகான இளவரசனாக ஆகிவிடுவேன். நான் உன்னைத் திருமணமும் செய்து கொள்கிறேன். அதற்குப் பிறகு நாம் இருவரும் என்றென்றைக்கும் மகிழ்ச்சியாக வாழலாம்," என்று கூறியது.

அத்தவளையின் கூற்று அபத்தமாக இருந்தது. பெரும் தயக்கத்திற்கு இடையே, அந்த இளவரசி, தனக்குள் துணிச்சலை வரவழைத்துக் கொண்டு அத்தவளையின் உதடுகள்மீது முத்தமிட்டாள்.

தான் கூறியிருந்தபடியே அத்தவளை ஓர் அழகான இளவரசான மாறியது. தன்னுடைய வாக்குறுதியின்படி அந்த இளவரசன் அந்த இளவரசியை மணந்து கொண்டான். அவர்கள் இருவரும் அதற்குப் பிறகு மிகவும் மகிழ்ச்சியாக வாழ்ந்து வந்தனர்.

இக்கதையின் நீதி

ஒவ்வொரு நாளையும் உற்சாகத்துடனும் ஆவலுடனும் வரவேற்கத் தயாராக இருக்கின்ற, உண்மையிலேயே மகிழ்ச்சியான மற்றும் ஆரோக்கியமான ஒருவராக ஆவதிலிருந்து நம்மைத் தடுக்கின்ற ஏதோ ஒரு தடையை அல்லது தடைகளை நாம் ஒவ்வொருவருமே எதிர்கொள்கிறோம்.

உங்களுடைய கனவுகள் அனைத்தும் கைகூடுவதற்கு நீங்கள் எந்தத் தவளையை முத்தமிட வேண்டும்? நீங்கள் எந்தவொரு நபராக ஆவதற்குச் சாத்தியம் இருக்கிறதோ அந்த நபராக உங்களை மாற்றிக் கொள்வதற்கு நீங்கள் உங்களுடைய வாழ்க்கையில் எந்த எதிர்மறை அனுபவங்களை அரவணைத்துக் கொண்டு, அவற்றைக் கையாள வேண்டியிருக்கும்?

நாம் அனைவருமே விரும்புவது இதைத்தான்

மகிழ்ச்சியோடும் மனநிறைவோடும் இருப்பதுதான் மனிதர்களின் முதன்மையான இலக்கு. ஒவ்வொரு சாதாரண மனிதனும், அன்பு, இன்பம், திருப்தி, மனநிறைவு போன்ற நேர்மறை உணர்வுகளை அனுபவிக்க விரும்புகிறான்.

பெரும்பாலும், உங்களுக்கும் உங்களுடைய கனவு வாழ்க்கைக்கும் குறுக்கே ஒரு பெரும் தடையாக நின்று கொண்டிருப்பது, நீங்கள் உங்களைப் பற்றியும் பிறரைப் பற்றியும் கொண்டிருக்கின்ற எதிர்மறை மனப்போக்குகள்தாம். நீங்கள் 'அந்தத் தவளையை முத்தமிடக்' கற்றுக் கொண்டு, நீங்கள் சந்திக்கின்ற ஒவ்வொரு நபரிடமும் ஏதாவது நேர்மறையான, மதிப்பு வாய்ந்த விஷயங்களை அடையாளம் காண முடிந்தால், உங்களுடைய முழு ஆற்றலையும் உங்களால் வெளிக் கொண்டுவர முடியும்.

உலகம் நெடுகிலும் பிரையன் டிரேசி நடத்தியுள்ள ஐயாயிரத்திற்கும் அதிகமான சொற்பொழிவுகள்

மற்றும் கருத்தரங்குகளில் அவர் பகிர்ந்து கொண்ட விஷயங்களையும், கிறிஸ்டினா வழங்கியுள்ள பல ஆயிரக்கணக்கான மணிநேர உளவியல் ஆலோசனைகளையும் அடிப்படையாகக் கொண்ட இந்நூலில் விவரிக்கப்பட்டுள்ள சக்திவாய்ந்த வழிமுறைகள் மற்றும் உத்திகளைப் பயன்படுத்தி உங்களிடமுள்ள எதிர்மறைகளை உடனடியாக உங்களால் நேர்மறைகளாக மாற்ற முடியும். அதன் மூலம், உங்கள் வாழ்க்கையிலுள்ள அனைத்துப் பிரச்சனைகளையும் உங்களுக்கு ஏதோ ஒரு விதத்தில் நன்மை பயப்பவையாக மாற்றிக் கொள்ள முடியும். தன்னம்பிக்கை மிளிர்கின்ற ஒரு நபராக ஆவது எப்படி என்பதையும், உங்களுடைய முழு ஆற்றலையும் விடுவித்து ஓர் அசாதாரணமான வாழ்க்கையை வாழ்வது எப்படி என்பதையும் இதில் நீங்கள் கற்றுக் கொள்வீர்கள்.

இதில் கூறப்பட்டுள்ள வழிமுறைகளும் உத்திகளும் உலகெங்கும் இலட்சக்கணக்கான மக்களுக்குச் சிறப்பாகப் பயன்பட்டுள்ளன. அவை கண்டிப்பாக உங்களுக்கும் பயனுள்ளவையாக இருக்கும் என்பதில் ஐயமில்லை.

1

உங்களைப் பற்றிய ஏழு உண்மைகள்

"பெரும்பாலான மக்கள், தாங்கள் எவ்வளவு மகிழ்ச்சியாக இருக்க வேண்டும் என்று நினைக்கிறார்களோ, அந்த அளவே மகிழ்ச்சியாக இருக்கின்றனர்."

ஆபிரகாம் லிங்கன்

மகிழ்ச்சியாகவும் ஆனந்தமாகவும் அமைதியாகவும் ஜீவனுடன் இருப்பது குறித்த உற்சாகத்துடனும் இருப்பது நம்முடைய இயல்பான நிலை. நீங்கள் இந்த இயல்பான நிலையில் இருக்கும்போது, தினமும், அந்த நாளை உற்சாகத்துடன் துவக்குவதற்காகக் காலையில் நீங்கள் உங்களுடைய படுக்கையிலிருந்து துள்ளி எழுவீர்கள். நீங்கள் உங்களைக் குறித்தும், உங்களுடைய வாழ்வில் இடம் பெற்றுள்ளவர்களுடன் நீங்கள் கொண்டிருக்கின்ற உறவுகள் குறித்தும் அற்புதமாக உணர்வீர்கள். நீங்கள் உங்களுடைய வேலையை மகிழ்ச்சியுடன் மேற்கொள்வீர்கள். அந்த வேலையின் வாயிலாக ஒரு வித்தியாசத்தை ஏற்படுத்துகின்ற பங்களிப்பை அளிப்பதன் மூலம் உங்களுக்குப் பெரும் திருப்தி கிடைப்பதை நீங்கள் காண்பீர்கள். பெரும்பாலான நேரங்களில் நீங்கள் இப்படிப்பட்ட உணர்வுகளைக் கொண்டிருக்கின்ற விதத்தில் உங்களுடைய வாழ்க்கையை அமைத்துக் கொள்வதுதான் உங்களுடைய முதன்மையான

இலக்காக இருக்க வேண்டும்.

வளர்ந்த, பக்குவமடைந்துள்ள ஒருவர் என்ற முறையில், நீங்கள் உங்களுடைய முழு ஆற்றலையும் பயன்படுத்திக் கொள்வதை நோக்கி நகர்கின்ற விதத்தில் தினமும் காரியங்களைச் செய்து கொண்டிருக்க வேண்டும். உங்களுடைய வாழ்க்கையின் ஒவ்வொரு பகுதியிலும் உங்களுக்குக் கிடைத்துள்ள ஆசீர்வாதங்கள் குறித்து நீங்கள் நன்றியுடன் இருக்க வேண்டும். உங்களுடைய வாழ்க்கையின் ஏதாவது ஒரு பகுதியைக் குறித்து நீங்கள் அதிருப்தி கொண்டிருந்தாலோ அல்லது வருத்தமடைந்திருந்தாலோ, உங்களுடைய எண்ணங்கள், உணர்வுகள் அல்லது செயல்நடவடிக்கைகளில் ஏதோ சரியில்லை என்று அர்த்தம்; அதை நீங்கள் உடனடியாகச் சரிசெய்துவிட வேண்டும்.

உங்களுடைய முழு ஆற்றலையும் விடுவிப்பதற்கான துவக்கப் புள்ளி, உங்களுடைய மனத்தின் அடியாழத்தில், நீங்கள் ஏற்கனவே ஓர் இளவரசி அல்லது இளவரசன் என்று உணர்வதாகும்.

நீங்கள் இன்று எந்த இடத்தில் இருக்கிறீர்கள் என்பதோ, கடந்தகாலத்தில் நீங்கள் என்ன செய்தீர்கள் அல்லது செய்யவில்லை என்பதோ ஒரு பொருட்டல்ல. ஒரு நபர் என்ற முறையில் நீங்கள் உங்களைப் பற்றிய இந்த ஏழு அடிப்படை உண்மைகளை ஏற்றுக் கொள்வது இன்றியமையாதது:

1. **நீங்கள் ஒரு தங்கமான மனிதர்.** நீங்கள் கணிப்பிற்கு அப்பாற்பட்ட அற்புதமான நபர். உங்களைவிட மேம்பட்டவர் அல்லது திறமைகள் படைத்தவர்கள் எவரும் கிடையாது.

   உங்களுடைய இந்த அடிப்படையான நற்குணத்தையும் மதிப்பையும் நீங்கள் சந்தேகிக்கின்றபோதுதான், உங்களை நீங்களே கேள்வி கேட்டுக் கொள்ளத் துவங்குகிறீர்கள். அடிப்படையில் நீங்கள் ஒரு நல்ல மனிதர் என்பதை ஏற்றுக் கொள்ள முடியாமலிருக்கின்ற உங்களுடைய இயலாமைதான் உங்களுடைய அதிருப்திக்கான மூலகாரணம்.

2. **எண்ணற்ற வழிகளில் நீங்கள் ஒரு முக்கியமான நபர்.** முதலில் உங்களுக்கு நீங்கள் முக்கியமானவர். உங்களுடைய சொந்த உலகம் ஒரு தனிநபர் என்ற முறையில் உங்களைச் சுற்றித்தான் சுழன்று கொண்டிருக்கிறது. நீங்கள் பார்க்கின்ற அல்லது கேட்கின்ற அனைத்திற்கும் அர்த்தம் கொடுத்துக் கொள்வது நீங்கள்தான். உங்களுடைய உலகிலுள்ள அனைத்திற்கும் நீங்கள் கொடுக்கின்ற முக்கியத்துவம் தவிர்த்து, அவற்றுக்குத் தனியாக வேறு எந்த முக்கியத்துவமும் இல்லை.

அடுத்து, நீங்கள் உங்களுடைய பெற்றோருக்கு முக்கியமானவர். உங்களுடைய பிறப்பு அவர்களுடைய வாழ்க்கையில் ஒரு முக்கியமான நிகழ்வாக இருந்தது; நீங்கள் வளர வளர, நீங்கள் செய்த ஒவ்வொரு காரியமும் அவர்களுக்கு அர்த்தமுள்ளதாகத்தான் இருந்திருந்தது.

உங்களுடைய வாழ்க்கைத்துணைவருக்கு, உங்களுடைய குடும்பத்திற்கு, உங்களுடைய குழந்தைகளுக்கு, உங்களுடைய சமூக வட்டத்தில் இடம் பெற்றிருப்பவர்களுக்கு நீங்கள் முக்கியமானவர். நீங்கள் சொல்கின்ற அல்லது செய்கின்ற காரியங்களில் பல அவர்கள்மீது பிரம்மாண்டமான தாக்கம் ஏற்படுத்துகின்றன.

உங்களுடைய நிறுவனத்திற்கு, உங்களுடைய வாடிக்கையாளர்களுக்கு, உங்களுடைய சக ஊழியர்களுக்கு நீங்கள் முக்கியமானவர். நீங்கள் செய்கின்ற அல்லது செய்யாமல் போகின்ற காரியங்கள் அவர்களின் வேலை மற்றும் வாழ்க்கையின்மீது பெரும் விளைவுகளை ஏற்படுத்துகின்றன.

நீங்கள் உங்களை எந்த அளவுக்கு முக்கியமானவர் என்று கருதுகிறீர்களோ, அது பெருமளவுக்கு உங்களுடைய வாழ்க்கையின் தரத்தை நிர்ணயிக்கிறது. வெற்றிகரமாக விளங்குகின்ற, மகிழ்ச்சியாக இருக்கின்ற நபர்கள் தங்களை முக்கியமானவர்களாகவும் மதிப்பு வாய்ந்தவர்களாகவும் உணர்கின்றனர். அப்படி அவர்கள் உணர்வதாலும் நடந்து கொள்வதாலும்தான், அவர்களுடைய வாழ்வில் அவை நிஜமாகின்றன.

விரக்தி அடைந்துள்ள, மகிழ்ச்சியற்று இருக்கின்ற நபர்கள், தங்களை முக்கியத்துவமற்றவர்களாகவும் மதிப்பு இல்லாதவர்களாகவும் கருதுகின்றனர். "நான் போதுமானவன் அல்லன்," என்ற உணர்வு அவர்களிடம் இருக்கிறது; அதன் விளைவாக அவர்கள் இந்த உலகைச் சாடுகின்றனர், தங்களையும் பிறரையும் காயப்படுத்துகின்ற நடத்தைகளில் ஈடுபடுகின்றனர்.

மனத்தின் அடியாழத்தில் தங்களால் ஓர் இளவரசியாகவோ அல்லது இளவரசனாகவோ இருக்க முடியும் என்பதை அவர்கள் புரிந்து கொள்வதில்லை.

நீங்கள் எல்லையற்றச் சாத்தியக்கூறுகளைக் கொண்ட ஒரு நபர்.

3. **உங்களுடைய வாழ்க்கையை உங்களுக்குப் பிடித்தமான முறையில் படைத்துக் கொள்வதற்கான ஆற்றல் உங்களிடம் இருக்கிறது.** நீங்கள் நூறு பிறவிகள் எடுத்தாலும் காலி செய்ய முடியாத அளவு ஆற்றல் உங்களிடம் அடங்கியிருக்கிறது.

இதுவரை நீங்கள் சாதித்துள்ள விஷயங்கள், எவையெல்லாம் உங்களுக்குச் சாத்தியம் என்பதைக் கட்டியம் கூறுபவை மட்டுமே. இன்று நீங்கள் எந்த அளவுக்கு உங்களுடைய இயல்பான திறமைகளை வளர்த்துக் கொள்கிறீர்களோ, அந்த அளவுக்கு வருங்காலத்தில் உங்களுடைய ஆற்றலை உங்களால் பெருக்கிக் கொள்ள முடியும்.

உங்களுடைய எல்லையற்றச் சாத்தியக்கூறுகளில் நீங்கள் கொண்டிருக்கின்ற நம்பிக்கைதான், நீங்கள் உண்மையிலேயே எப்படிப்பட்ட நபராக ஆவதற்கான திறமைகளைக் கொண்டிருக்கிறீர்களோ, அப்படிப்பட்டவராக ஆவதற்கான வழியாகும்.

4. **உங்களுடைய எண்ணங்கள் மற்றும் திடநம்பிக்கையின் அடிப்படையிலேயே நீங்கள் உங்களுடைய உலகத்தைப் படைக்கிறீர்கள்.** உங்களுடைய நம்பிக்கைகள்தாம் உங்களுடைய எதார்த்தங்களை உருவாக்குகின்றன. உங்களைப் பற்றி நீங்கள் கொண்டிருக்கின்ற ஒவ்வொரு

நம்பிக்கையும் உங்களுடைய குழந்தைப்பருவத்திலிருந்து நீங்கள் கற்றுக் கொண்டவையே. உங்களுடைய வெற்றிக்கும் மகிழ்ச்சிக்கும் குறுக்கே நின்று கொண்டிருக்கின்ற எதிர்மறை நம்பிக்கைகளும் சந்தேகங்களும் எதார்த்தத்தையோ அல்லது உண்மைகளையோ அடிப்படையாகக் கொண்டவை அல்ல.

உங்களுக்கு சுயசந்தேகங்களைத் தோற்றுவிக்கின்ற நம்பிக்கைகளை நீங்கள் கேள்வி கேட்கத் துவங்கி, உங்களுடைய உண்மையான சாத்தியக்கூறுகள் குறித்த நம்பிக்கைகளை நீங்கள் தொடர்ந்து வளர்த்துக் கொள்கின்றபோது, நீங்கள் உடனடியாக மாறத் துவங்குவீர்கள்.

5. **உங்களுடைய எண்ணங்களின் உள்ளீடுகளையும் உங்களுடைய வாழ்க்கையின் திசையையும் தேர்ந்தெடுப்பதற்கான சுதந்திரம் உங்களுக்கு இருக்கிறது.** உங்களுக்கு முழுமையான கட்டுப்பாடு இருக்கின்ற ஒரு விஷயம் உங்களுடைய எண்ணங்களாகும். நேர்மறையான செயல்நடவடிக்கைகளுக்கும் விளைவுகளுக்கும் இட்டுச் செல்கின்ற மகிழ்ச்சியான, மனநிறைவான, ஊக்குவிக்கின்ற எண்ணங்களை எண்ணுவதென்று நீங்கள் முடிவு செய்யலாம். அல்லது உங்களை இழுத்துப் பிடிக்கின்ற, உங்களுடைய காலை வாரிவிடுகின்ற, எதிர்மறையான, சுய வரம்புகளை நிர்ணயித்துக் கொள்கின்ற எண்ணங்களை நீங்கள் தேர்ந்தெடுக்கலாம்.

உங்களுடைய மனம் ஒரு தோட்டத்தைப் போன்றது. அதில் நீங்கள் வலுக்கட்டாயமாகப் பூச்செடிகளை வளர்க்காவிட்டால், உங்களுடைய முயற்சி எதுவுமில்லாமலேயே அவற்றில் களைகள் தாமாகவே முளைக்கும். அதேபோல, உங்களுடைய மனத்தில் நீங்கள் நேர்மறையான எண்ணங்கள் எனும் பூச்செடிகளை விதைத்து அவற்றை வளர்த்து வராவிட்டால், எதிர்மறை எண்ணங்கள் எனும் களைகள் தாமாகவே அந்த இடத்தில் முளைக்கத் துவங்கிவிடும்.

தாங்கள் ஏன் மகிழ்ச்சியற்று இருக்கிறோம் என்பதை அறியாமல் எண்ணற்றோர் இருக்கின்றனர். உங்களுடைய மனத்தை ஒரு தோட்டத்தோடு ஒப்பிடுகின்ற இந்த எளிய உருவகம் அதற்கான காரணத்தைத் தெள்ளத் தெளிவாக விளக்குகிறது.

6. **உங்களுடைய வாழ்க்கையின் மூலமாக அற்புதமான ஒன்றைச் சாதிப்பதற்காகத்தான் நீங்கள் இந்த உலகில் பிறந்துள்ளீர்கள்.** உங்களுடைய திறமைகள், செயல்திறன்கள், யோசனைகள், உள்நோக்குகள், அனுபவங்கள் ஆகியவற்றின் தனித்துவமான கலவை, இதுவரை இந்த உலகில் வாழ்ந்துள்ளவர்களிடமிருந்து உங்களை வித்தியாசப்படுத்துகிறது. நீங்கள் வெற்றியடைவதற்காக வடிவமைக்கப்பட்டுள்ளீர்கள், மகத்துவம் அடைவதற்காகப் படைக்கப்பட்டுள்ளீர்கள்.

   இந்த அம்சத்தை நீங்கள் ஏற்றுக் கொள்வதும் ஏற்றுக் கொள்ளாமல் இருப்பதும், பெருமளவு, நீங்கள் உங்களுக்காக நிர்ணயித்துக் கொள்கின்ற இலக்குகளின் அளவு, இன்னல்கள் தோன்றும்போது தொடர்ந்து விடாப்பிடியாகச் செயல்படுவதற்கான ஆற்றல், உங்களுடைய சாதனைகளின் உயரம், உங்களுடைய வாழ்க்கையின் திசை ஆகியவற்றைத் தீர்மானிக்கின்றன.

7. **உங்களுக்கு நீங்களே ஏற்படுத்திக் கொள்கின்ற வரம்புகளைத் தவிர வேறு வரம்புகள் எதுவும் இல்லை.** உங்களுடைய சொந்த சந்தேகங்களும் பயமும்தாம் நீங்கள் எதிர்கொள்ளக்கூடிய எதிரிகளிலேயே மிகப் பெரியவையாகும். பல ஆண்டுகளின் ஊடாக நீங்கள் கேள்விகள் எதுவும் கேட்காமல் ஏற்றுக் கொண்டுவிட்டுள்ள எதிர்மறை நம்பிக்கைகள்தாம் இவை.

   ஷேக்ஸ்பியர் கூறியுள்ளதுபோல, "கடந்தகாலம் என்பது வெறும் முன்னுரைதான்." உங்களுடைய வாழ்க்கையில் இதுவரை நடந்துள்ள அனைத்தும் வருங்காலத்தில் நீங்கள் அடையவிருக்கின்ற அற்புதமான வாழ்க்கைக்கான ஒரு முன்தயாரிப்பே.

இந்த விதியை நினைவில் வைத்துக் கொள்ளுங்கள்: "நீங்கள் எங்கிருந்து வந்தீர்கள் என்பது ஒரு பொருட்டே அல்ல; நீங்கள் எங்குச் சென்று கொண்டிருக்கிறீர்கள் என்பதுதான் முக்கியம்."

மைக்கலாஞ்சலோவின் டேவிட்

இத்தாலியிலுள்ள ஃபுளாரென்ஸ் நகரிலுள்ள ஓர் அருங்காட்சியகத்தில் மைக்கலாஞ்சலோவின் டேவிட் சிலை காட்சிக்கு வைக்கப்பட்டுள்ளது. உலகிலேயே மிக அழகாகச் செதுக்கப்பட்டுள்ள ஒரு சிற்பம் என்று பலரால் கருதப்படுகின்ற ஒன்று அது.

அவ்வளவு அழகானதொரு சிலையை மைக்கலாஞ்சலோவால் எவ்வாறு உருவாக்க முடிந்தது என்று ஒரு முறை அவரிடம் கேட்கப்பட்டபோது, அதற்கு அவர் இவ்வாறு விளக்கமளித்தார். ஒரு நாள் அவர் தன்னுடைய சிற்பக்கூடத்தை நோக்கி நடந்து கொண்டிருந்தபோது, சாலையோரம் கிடந்த பளிங்குக் கல் ஒன்றை பார்த்தார். பல ஆண்டுகளுக்கு முன்னால் மலையிலிருந்து கொண்டுவரப்பட்டிருந்த அக்கல் இப்போது கேட்பாரற்றுப் புல்பூண்டுகளுக்கு நடுவே கிடந்தது.

அவர் பல முறை அந்தக் கல்லைக் கடந்து சென்றிருந்தபோதிலும் அன்று நின்று அதை ஆராய்ந்தார், பல முறை அதைச் சுற்றிச் சுற்றி வந்தார். ஒரு சிலையை உருவாக்க வேண்டிய பணி அவரிடம் ஒப்படைக்கப்பட்டிருந்தது. அவர் அதற்காக ஒரு கல்லைத் தேடிக் கொண்டிருந்தார். திடீரென்று, தான் தேடி அலைந்து கொண்டிருந்த கல் அதுதான் என்பது அவருக்கு உறைத்தது. பின் அவர் ஆட்களை அனுப்பி அந்தக் கல்லைத் தன்னுடைய சிற்பக்கூடத்திற்கு எடுத்துவரச் செய்தார். பின் நான்கு ஆண்டுகள் அரும்பாடுபட்டு உழைத்து 'டேவிட்' சிலையை அவர் வடித்தெடுத்தார்.

பின்னர் அவர் அச்சிலையைப் பற்றிக் கூறிய பதில் உலகப் புகழ் பெற்றது: "அந்தக் கல்லுக்குள் இருந்த டேவிட்டை நான் துவக்கத்திலேயே பார்த்துவிட்டேன். அதற்குப் பிறகு அந்தக் கல்லில் 'டேவிட்டாக இல்லாதிருந்த'

அனைத்தையும் அப்புறப்படுத்துகின்ற வேலையை மட்டுமே நான் செய்ய வேண்டியிருந்தது."

இது உங்களுடைய கதை

அந்தப் பளிங்குக் கல்லில் ஒளிந்து கொண்டிருந்த டேவிட்டைப்போலவே நீங்களும் இருக்கக்கூடும். நீங்களும் உங்களுடைய பயங்கள், சந்தேகங்கள், பாதுகாப்பின்மை உணர்வுகள், எதிர்மறை எண்ணங்கள், தவறான நம்பிக்கைகள் போன்ற, உங்களை இழுத்துப் பிடித்துக் கொண்டிருக்கின்ற 'டேவிட் அல்லாத' அனைத்தையும் நீக்கி, உங்களுக்குள் ஒளிந்திருக்கின்ற உங்களுடைய மிகச் சிறந்த வடிவத்தை வெளிப்படுத்த வேண்டும்.

உங்களுடைய முழு ஆற்றலையும் விடுவித்து ஓர் அதிசிறப்பான நபராக உருவாவதென்று இக்கணமே உறுதியெடுத்துக் கொள்ளுங்கள். இந்த உலகில் எவற்றையெல்லாம் சாதிப்பதற்காக நீங்கள் பிறந்துள்ளீர்களோ அவற்றையெல்லாம் நீங்கள் சாதிக்கத் துவங்குவீர்கள். அதற்கான வழிமுறைகளைப் பின்வரும் அத்தியாயங்களில் நாம் பார்க்கலாம்.

இப்போது இதைச் செய்யுங்கள்

உங்களை இழுத்துப் பிடித்துக் கொண்டிருக்கின்ற எதிர்மறை நம்பிக்கைகளை அடையாளம் காணுங்கள். பின், "அவை உண்மையாக இல்லாதிருந்தால் என்னவாகும்?" என்று யோசியுங்கள்.

வாழ்க்கையில் எதை வேண்டுமானாலும் சாதிப்பதற்குத் தேவையான அனைத்துத் திறமைகளும் செயல்திறன்களும் உங்களிடம் ஏற்கனவே இருந்தால் எப்படியிருக்கும்? எந்தவிதமான வரம்புகளும் உங்களுக்கு இல்லாமல் இருந்தால்? வெற்றி உங்களுக்குக் கிட்டும் என்பதற்கான உத்தரவாதம் உங்களுக்கு அளிக்கப்பட்டால் நீங்கள் எத்தகைய இலக்குகளை நிர்ணயிப்பீர்கள்? நீங்கள் இன்றிலிருந்து எந்த விஷயங்களை வித்தியாசமாகச் செய்யத் துவங்குவீர்கள்?

2

உங்களுடைய வசீகர இளவரசனைக் கற்பனை செய்யுங்கள்

"சிறிய கனவுகள் காணாதீர்கள். ஏனெனில், பிறருடைய இதயங்களை நெகிழ வைப்பதற்கான ஆற்றல் அவற்றுக்குக் கிடையாது."

- உல்ஃப்காங் வான் கதே

நாம் பார்த்தக் கதையில் வந்த இளவரசி, தன் வாழ்க்கையில் குறுக்கிட்ட எவனோ ஒருவனைத் திருமணம் செய்து கொள்ள ஆசைப்படவில்லை. தனக்கு எல்லா விதத்திலும் பொருத்தமாக இருந்த, வசீகரமான ஓர் இளவரசனைத் திருமணம் செய்து கொள்வது குறித்த ஒரு தெளிவான யோசனையை அவள் முதலிலிருந்தே கொண்டிருந்தாள். உங்களுடைய வேலையில் அல்லது தனிப்பட்ட வாழ்க்கையில் நீங்கள் வரித்து வைத்திருக்கின்ற இளவரசி அல்லது இளவரசன் யார்?

உண்மையிலேயே மகிழ்ச்சியில் திளைத்திருக்கின்ற, மனநிறைவாக இருக்கின்ற ஒருவராக நீங்கள் ஆக விரும்பினால், அத்தகைய நபர் குறித்தும், நீங்கள் வாழ விரும்புகின்ற வாழ்க்கை குறித்தும் ஒரு தெளிவான விவரணத்தோடு நீங்கள் அதைத் துவக்க வேண்டும். நீங்கள் ஒரு மிகச் சிறந்த நபராக இருந்தால், உங்களிடம் என்னென்ன குணநலன்கள் இருக்கும்?

தங்களுடைய முழு ஆற்றலையும் பயன்படுத்திக் கொண்டிருக்கின்ற நபர்கள், உண்மையிலேயே மகிழ்ச்சியாக இருப்பர்; தங்களைக் குறித்தும் இந்த உலகைக் குறித்தும் மனநிறைவு கொண்டிருப்பர்; தன்னம்பிக்கையோடு இருப்பர்; நேர்மறையானவர்களாக, பழகுவதற்கு இனியவர்களாக, ஆசுவாசமானவர்களாக, நன்றியுணர்வு கொண்டவர்களாக, வாழ்க்கையைக் குறித்துப் பெரும் உற்சாகம் கொண்டிருப்பவர்களாக இருப்பர் என்று உளவியலாளர்கள் தெரிவிக்கின்றனர். இப்படிப்பட்டதொரு நபர் உங்களுடைய இலக்கு என்றால், அப்படிப்பட்டவராக ஆவதற்கு இந்நூல் உங்களுக்கு வழிகாட்டும்.

மந்திரக்கோல் பயிற்சி

இந்த 'மந்திரக்கோல்' பயிற்சியைச் செய்யுங்கள். உங்களுடைய வருங்காலம் குறித்துச் சிந்தியுங்கள். உங்கள் கரங்களில் ஒரு மந்திரக்கோல் இருப்பதுபோல நினைத்துக் கொள்ளுங்கள். அந்த மந்திரக்கோலை அசைத்து, *(1)* வருவாய் மற்றும் தொழில்வாழ்க்கை, *(2)* குடும்பம் மற்றும் உறவுகள் *(3)* ஆரோக்கியம் மற்றும் உடற்தகுதி *(4)* பொருளாதாரச் சுதந்திரம் ஆகிய நான்கு முக்கியமான அம்சங்களில் ஒரு கச்சிதமான வாழ்க்கையை உங்களால் உருவாக்கிக் கொள்ள முடிவதாகக் கற்பனை செய்யுங்கள்.

பெரும்பாலான வெற்றியாளர்கள் கொண்டிருக்கின்ற ஒரு நடத்தைக்கு 'இலட்சியவாதக் கற்பனை' என்று பெயர். உங்களுடைய வாழ்க்கையின் முக்கியமான அம்சங்கள் ஒவ்வொன்றிலும் நீங்கள் எப்படிப்பட்ட ஒரு கச்சிதமான வாழ்க்கையை வாழ விரும்புகிறீர்கள் என்ற முன்னோக்கை உருவாக்கிக் கொள்வது அது. இங்கு நீங்கள் வரம்புகள் எதுவுமற்ற ஒரு சிந்தனையைப் பயிற்சி செய்கிறீர்கள்.

தேவையான பணமும் நேரமும், நண்பர்களும் தொடர்புகளும், தகுதியும் அனுபவமும், திறமைகளும் செயல்திறனும் உங்களிடம் இருப்பதாகக் கற்பனை செய்து கொள்ளுங்கள். உங்களால் யாராக வேண்டுமானாலும் ஆக முடியும், எதை வேண்டுமானாலும் பெற முடியும், எதை வேண்டுமானாலும் செய்ய முடியும் என்று கற்பனை

செய்யுங்கள். நீங்கள் அப்படிப்பட்ட ஒரு நிலையில் இருந்தால், நீங்கள் எத்தகைய வாழ்க்கையை வாழ விரும்புவீர்கள்?

நீங்கள் இந்த இலட்சியவாதக் கற்பனையையும் மந்திரக்கோல் பயிற்சியையும் ஒருசேரச் செய்தால், உங்களுடைய வாழ்க்கையின் அன்றாடப் பிரச்சனைகளிலிருந்து உங்கள் மனத்தை உங்களால் விடுவித்துக் கொள்ள முடியும். இதற்கு 'நீலவானச் சிந்தனை' என்று பெயர். சமூகத்தில் மிக உயர்ந்த நிலையில் இருக்கின்ற, ஒவ்வொரு துறையிலும் உச்சத்தைத் தொட்டுக் கொண்டிருக்கின்ற நபர்கள் இதைப் பின்பற்றுகின்றனர்.

உங்களுடைய கச்சிதமான வருங்காலத்தை வடிவமையுங்கள்

'வருங்காலத்திலிருந்து கடந்தகாலம் நோக்கிய பின்னோக்கிய சிந்தனையைப்' பயிற்சி செய்து பாருங்கள். வருங்காலத்தில் ஐந்து ஆண்டுகள் கழித்து நீங்கள் இருக்கப் போகின்ற இடத்தைக் கற்பனை செய்யுங்கள். பின் அங்கிருந்து இப்போது நீங்கள் இருக்கின்ற இடத்தைத் திரும்பிப் பாருங்கள். கீழ்க்கண்ட கேள்விகளுக்குப் பதில் அளியுங்கள்.

1. உங்களுடைய வேலை அல்லது தொழில் இன்னும் ஐந்து ஆண்டுகளில் கச்சிதமாக இருக்கின்ற பட்சத்தில் அது எப்படியிருக்கும்? அப்போது நீங்கள் எவ்வளவு வருவாய் ஈட்டிக் கொண்டிருப்பீர்கள்? அப்போதைய நிலை இப்போதிருந்து எப்படி வேறுபட்டிருக்கும்?

   அப்படிப்பட்ட ஒரு வாழ்க்கையை நீங்கள் ஏன் இப்போதே அனுபவித்துக் கொண்டிருக்கவில்லை?

2. உங்களுடைய குடும்பமும் உறவுகளும் வாழ்க்கைமுறையும் இன்னும் ஐந்து ஆண்டுகளில் கச்சிதமாக இருக்கின்ற பட்சத்தில் அது எப்படிக் காட்சியளிக்கும்? அப்போதைய நிலை இப்போதிருந்து எப்படி வேறுபட்டிருக்கும்?

இந்தக் கச்சிதமான வாழ்க்கையை உருவாக்கிக் கொள்வதற்கு நீங்கள் எடுக்கக்கூடிய முதல் நடவடிக்கை எதுவாக இருக்கும்?

3. உங்களுடைய ஆரோக்கியமும் உடல் தகுதியும் இன்னும் ஐந்து ஆண்டுகளில் கச்சிதமாக இருக்கின்ற பட்சத்தில் நீங்கள் எப்படிக் காட்சியளிப்பீர்கள், எப்படி உணர்வீர்கள்? அப்போது உங்களுடைய உடல் எடை எவ்வளவு இருக்கும்? அப்போது, தினமும் அல்லது ஒவ்வொரு வாரமும் நீங்கள் எவ்வளவு நேரம் உடற்பயிற்சியில் ஈடுபட்டிருப்பீர்கள்? எந்த மாதிரியான உணவுப் பதார்த்தங்களை நீங்கள் சாப்பிடுவீர்கள்? அப்போது நீங்கள் உடல்ரீதியாக இப்போது இருப்பதிலிருந்து எப்படி வேறுபட்டிருப்பீர்கள்?

இறுதியாக, கச்சிதமான ஆரோக்கிய நிலையை அனுபவிப்பதற்கு நீங்கள் எடுக்கக்கூடிய அல்லது நிறுத்தக்கூடிய முதல் விஷயம் எதுவாக இருக்கும்?

4. உங்களுடைய பொருளாதாரம் இன்னும் ஐந்து ஆண்டுகளில் கச்சிதமாக இருக்கின்ற பட்சத்தில், உங்களுடைய சொத்து மதிப்பு எவ்வளவாக இருக்கும்? உங்களுடைய வங்கியில் எவ்வளவு பணம் இருக்கும்? உங்களுடைய முதலீடுகளிலிருந்து உங்களுக்கு ஒவ்வொரு மாதமும் எவ்வளவு பணம் வந்து கொண்டிருக்கும்?

அந்த நிலையை அடைவதற்கு நீங்கள் எடுக்கக்கூடிய முதல் நடவடிக்கை எதுவாக இருக்கும்?

உங்களுடைய கச்சிதமான தினத்தைத் திட்டமிடுங்கள்

கிறிஸ்டினா தன்னுடைய கணவருடன் ஒரு நாளைச் செலவிடுகின்றபோது, அவர் தன் கணவரிடம் இவ்வாறு கேட்பதுண்டு: "இது உங்களுடைய கச்சிதமான நாளாக இருந்தால், இதை நீங்கள் எப்படிச் செலவிடுவீர்கள்?" இதே கேள்வியை அவர் தன்னைத் தானேயும் கேட்டுக் கொள்கிறார். பின் அவர்கள் இருவரும் தங்கள் கச்சிதமான

இரண்டு நாட்களையும் ஒன்றிணைப்பதற்கான ஒரு வழியைக் கண்டுபிடிப்பார்.

ஆனால், துவக்கத்திலேயே, தாங்கள் விட்டுக்கொடுக்க வேண்டியிருக்கும் என்ற ரீதியில் அவர்கள் சிந்தித்தால், தங்களுடைய கச்சிதமான நாளைக் கற்பனை செய்வதில் அவர்கள் தங்களுக்குத் தாங்களே சில வரம்புகளையும் கட்டுப்பாடுகளையும் நிர்ணயித்துவிடக்கூடும். ஆனால், அப்படிப்பட்ட வரம்புகளோ அல்லது கட்டுப்பாடுகளோ இல்லாமல் அவர்கள் தங்களுடைய கச்சிதமான நாளைக் கற்பனை செய்கின்றபோது, அது முற்றிலும் வித்தியாசமானதாக இருக்கும்.

வாழ்க்கையில் நாம் பொதுவாகச் சிந்திக்கின்றபோது, நடப்பில் இருக்கின்ற கட்டுப்பாடுகளையும் வரம்புகளையும் கணக்கில் எடுத்துக் கொண்டாக வேண்டும் என்ற ரீதியில் நம்முடைய சிந்தனையைத் தொடங்குகிறோம். ஆனால், உங்களுக்கு எந்தக் கட்டுப்பாடும் இல்லை என்ற ரீதியில் நீங்கள் சிந்திக்கின்றபோது, நீங்கள் எதை வந்தடைகிறீர்களோ அதைக் கண்டு பெரும் வியப்படைவீர்கள். விதி இதுதான்: எது சாத்தியம் என்று தீர்மானிப்பதற்கு முன்பாக, எது கச்சிதமானது என்று நீங்கள் தீர்மானிக்க வேண்டும்.

எல்லாவற்றுக்கும் மேலாக, நீங்கள் விரும்புகின்ற கச்சிதமான வருங்காலத்திற்கு உங்களைத் தயார் செய்து கொள்வதற்கு நீங்கள் இன்று எதிலிருந்து துவக்க வேண்டும்?

இப்போது இதைச் செய்யுங்கள்

பிரம்மாண்டமாகக் கனவு காணுங்கள். நீங்கள் ஆக விரும்புகின்ற கச்சிதமான நபரையும் நீங்கள் வாழ விரும்புகின்ற கச்சிதமான வாழ்க்கையையும் குறித்த ஒரு தெளிவான விவரணத்தோடு துவக்குங்கள்.

உங்களுடைய வேலை, குடும்ப உறவு, ஆரோக்கியம், பொருளாதார நிலை ஆகியவற்றை நினைத்த மாத்திரத்தில் மாற்றியமைக்கின்ற மந்திரக்கோல் ஒன்று உங்களிடம் இருப்பதாகக் கற்பனை செய்து கொள்ளுங்கள். உங்களுடைய வாழ்க்கையின்

இந்த ஒவ்வோர் அம்சத்தையும் நீங்கள் எப்படிக் கச்சிதமானதாக ஆக்குவீர்கள்?

எந்தவிதமான வரம்புகளும் கட்டுப்பாடுகளும் இல்லாத சிந்தனையைப் பயிற்சி செய்யுங்கள். 'நீலவானச் சிந்தனையைப்' பயிற்சி செய்து, அன்றாடச் சவால்களிலிருந்து உங்களை விடுவித்துக் கொள்ளுங்கள்.

எது சாத்தியம் என்று தீர்மானிப்பதற்கு முன்பாக, எது கச்சிதமானது என்று நீங்கள் தீர்மானிக்க வேண்டும்.

உங்களுடைய வாழ்க்கையை உங்களுடைய முழுமையான கட்டுப்பாட்டில் எடுத்துக் கொள்ளத் தொடங்குவதற்கு ஏற்ற ஒரு கச்சிதமான வருங்காலத்தை வடிவமைத்துக் கொள்ளுங்கள்.

அடுத்த இருபத்து நான்கு மணிநேரத்திற்குள் உங்களுடைய வாழ்க்கையில் ஒரு பெரிய அளவில் நேர்மறையான தாக்கம் ஏற்படுத்தக்கூடிய ஓர் இலக்கை அடையாளம் காணுங்கள்.

உங்களுடைய கச்சிதமான வாழ்க்கையை உருவாக்கத் தொடங்குவதற்குத் தேவையான ஒரு செயல்நடவடிக்கையை உடனடியாக எடுக்க உறுதி பூணுங்கள்.

3

உங்களுடைய தவளையை நேருக்கு நேர் பாருங்கள்

"பிரச்சனைகளைத் தீர்க்கின்றபோது, அவற்றின் இலைகளைக் கொய்து கொண்டிருக்காதீர்கள், அவற்றின் வேர்களைத் தோண்டியெடுங்கள்."

- அந்தோனி ஜே. டி ஏஞ்சலோ

அசிங்கமாக, ஈரமாக, குளிராக, கொழகொழப்பாக இருந்த அந்தத் தவளை, தன்னை முத்தமிடும்படி அந்த அழகான இளவரசியைக் கேட்டுக் கொண்டபோது, அவள் ஒரு தேர்ந்தெடுப்பை மேற்கொள்ள வேண்டியிருந்தது. அவள் தொடர்ந்து தனியாகவும் மகிழ்ச்சியற்றவளாகவும் இருந்து வரலாம். அல்லது, துணிச்சலை வரவழைத்துக் கொண்டு, அங்கு எந்தவிதமான உத்தரவாதங்களும் இல்லாதிருந்தபோதிலும், அந்தத் தவளையை முத்தமிடத் தீர்மானிக்கலாம்.

ஒரு தவளையை முத்தமிட்டாக வேண்டிய சூழல் நம் அனைவருக்குமே ஏற்படக்கூடும். சில சமயங்களில், ஒன்றுக்கு மேற்பட்டத் தவளைகளை நாம் முத்தமிட வேண்டியிருக்கலாம். உங்களுடைய தவளைகள், எதிர்மறையாளர்கள், சாதகமற்றச் சூழல்கள், கடந்தகால அனுபவங்கள், தற்போதைய பிரச்சனைகள், உங்களுடைய சந்தேகங்கள், உங்களை மட்டுப்படுத்துகின்ற நம்பிக்கைகள் போன்றவற்றின் வடிவில் இருக்கலாம். சில நேரங்களில்,

இப்போது நீங்கள் மாட்டிக் கொண்டிருக்கின்ற இடத்திலிருந்து வெளியேறி முன்னோக்கிப் பாய்வதற்கு நீங்கள் மேற்கொண்டாக வேண்டிய ஆபத்தான நடவடிக்கைகளின் உருவத்திலும் அந்தத் தவளைகள் இருக்கலாம்.

எதார்த்தங்களை எதிர்கொள்ளத் துணியுங்கள்

சில நேரங்களில், உங்களுடைய தவளையை முத்தமிடுவதற்கு, அந்தத் தவளை அசிங்கமாக, ஈரமாக, குளிராக, கொழகொழப்பாக இருக்கின்ற எதார்த்தத்தை நீங்கள் ஏற்றுக் கொள்ளவும், அதன் முகத்தருகே செல்லவும் வேண்டியிருக்கும். சில நேரங்களில், அத்தவளை உங்களிடம் குற்றவுணர்வைத் தூண்டுகிற ஒன்றாக இருப்பதை உணர்ந்து, அதற்குப் பிரியாவிடை முத்தமொன்றைக் கொடுத்து அனுப்பி வைக்க வேண்டியிருக்கும். சில நேரங்களில், நீங்கள் உங்களுடைய எதிர்பார்ப்புகளை மாற்றிக் கொண்டு, அத்தவளையை ஒரு புதிய கண்ணோட்டத்தில் பார்ப்பதைத் தேர்ந்தெடுக்க வேண்டியிருக்கும். சில நேரங்களில், நீங்கள் அத்தவளையின் நெற்றியில் முத்தமிட்டு அதை மன்னிக்க வேண்டியிருக்கும். உங்களுடைய வாழ்க்கையில் இடம் பெற்றுள்ள தவளைகளைக் களைவதற்குப் பல வழிகள் இருக்கின்றன.

இரண்டு விதமான ஆளுமைகளை உளவியல் அடையாளம் கண்டுள்ளது. ஒருவர் 'எதிர்கொள்பவர்', மற்றொருவர் 'நழுவுபவர்'. தங்களுடைய பயங்களைத் துணிச்சலாக எதிர்கொண்டு, எதார்த்தத்தை நேருக்கு நேராகச் சந்தித்து, தங்களுடைய வாழ்வில் இடம் பெற்றுள்ள நபர்களையும் தாங்கள் எதிர்கொள்கின்ற சூழ்நிலைகளையும் நேர்மையாகவும் நேருக்கு நேராகவும் கையாள்கின்ற 'எதிர்கொள்பவர்கள்,' 'நழுவுபவர்களோடு' ஒப்பிடுகையில் அதிக மகிழ்ச்சியானவர்களாகவும், அதிகத் தன்னம்பிக்கை உடையவர்களாகவும், அதிகச் செயற்திறன் கொண்டவர்களாகவும் இருப்பதில் வியப்பேதுமில்லை.

தாங்கள் ஒன்றைத் துணிச்சலாக எதிர்கொள்கின்றபோது, அதோடு தொடர்புடைய பயங்களையும் சேர்த்துத்தான் தாங்கள் எதிர்கொள்ள வேண்டியிருக்கும் என்பதை 'எதிர்கொள்பவர்கள்' ஏற்றுக் கொள்கின்றனர். அவர்கள் தங்களுடைய உணர்வுகளைத் தங்களுடைய கட்டுப்பாட்டுக்குள் வைத்துக் கொள்கின்றனர். 'நழுவுபவர்கள்' தங்களுக்குத் தெரியாதவை குறித்துப் பயப்படுகின்றனர்; முன்னே செல்வதற்குத் தேவையான தன்னம்பிக்கை அவர்களிடம் இருப்பதில்லை.

அதிர்ஷ்டவசமாக, உங்களுடைய தவளையை முத்தமிடுவதற்கு முன், அதை நேருக்கு நேராகப் பார்க்க உறுதியெடுத்துக் கொள்வதன் மூலம் உங்களால் ஆற்றல்மிக்கவராகவும் நேர்மறையாளராகவும் உருவாக முடியும். உங்களுக்கு ஒரு பிரச்சனை இருக்கிறது என்பதை மறுப்பது அல்லது அதிலிருந்து நழுவுவதற்குப் பதிலாக, அதைத் துணிச்சலாக எதிர்கொள்கின்ற பழக்கத்தை நீங்கள் வளர்த்துக் கொள்ள வேண்டும்.

எதார்த்த நிலையைக் கணக்கில் எடுத்துக் கொள்ளுங்கள்

தங்களுடைய எதிர்பார்ப்புகள் நிறைவேறாத காரணத்தால் தொடர்ச்சியாக ஏமாற்றத்திற்கு ஆளாகிக் கொண்டிருக்கின்ற நபர்களை, கிறிஸ்டினா, தன்னுடைய ஆலோசனை வழங்குகின்ற பணியில் அடிக்கடி எதிர்கொள்கிறார். ஒரு முறை அவரிடம் ஆலோசனை பெறுவதற்காக ஓர் இளம் பெண் வந்தாள். அவளுக்கு சுமார் முப்பது வயதிருக்கும். அந்த இளம் பெண் தன்னுடைய பெற்றோரைப் பார்க்கச் சென்றுவிட்டு, நேராகக் கிறிஸ்டினாவைப் பார்க்க வந்திருந்தாள். அவள் தன் பெற்றோரின் வீட்டுக்குச் சென்றிருந்தபோது, அவர்கள் தன்னுடன் மிகக் குறைவான நேரமே செலவிட்டிருந்தது குறித்து அப்பெண் மிகவும் வருத்தமடைந்திருந்தாள்.

அவள் இனி தன் பெற்றோரைப் பார்க்கச் செல்லும்போது அவர்களிடமிருந்து அதிகமாக

எதிர்பார்க்காமல் இருக்கும்படி கிறிஸ்டினா அவளுக்கு அறிவுறுத்தினார். அடுத்த முறை அப்பெண் அப்படி நடந்து கொண்டபோது, அவள் தன் பெற்றோரைக் குறித்து எந்த ஏமாற்றமும் கொள்ளவில்லை, அவர்களைக் குறித்து மோசமாக உணரவில்லை. அதாவது, அப்பெண்ணின் தவளை அனுபவம் வேறு மாதிரியாக இருந்தது. அவள் தன் எதிர்பார்ப்புகளை மாற்றிக் கொண்டபோது, அவள் தன்னுடைய உணர்ச்சிகளைத் தன் கட்டுப்பாட்டுக்குள் கொண்டு வந்துவிட்டாள்.

“மக்கள் மாறுவதில்லை” என்ற உண்மையை எல்லோரும் இறுதியில் உணர்ந்து கொள்கின்றனர். ஒருவருடைய ஆளுமையும் மனப்போக்கும் பதினேழு அல்லது பதினெட்டு வயதில் திடப்பட்டு, பிறகு கிட்டத்தட்ட அவர்களுடைய ஆயுட்காலம் முழுவதும் அப்படியே இருக்கும். அதனால்தான் பிறரை மாற்ற முயல்வது எப்போதும் விரக்தியில் முடிகின்ற ஓர் அனுபவமாகவே இருந்து வருகிறது.

அதற்காக, மக்களால் புதிய திறமைகளை வளர்த்துக் கொள்ள முடியாது என்று அர்த்தமில்லை. ஆனால் அதற்கு ஆழமான விருப்பத்தோடு, கடின உழைப்பும் தேவைப்படும். அவை இல்லாவிட்டால், மாற்றங்கள் சாத்தியமில்லை.

வேறொருவர் எப்போதும் எப்படி இருக்கிறாரோ அதிலிருந்து நீங்கள் விரும்புகின்றபடி மாறுவதற்காக நீங்கள் உங்களுடைய மகிழ்ச்சியையும் மனநிம்மதியையும் ஒருபோதும் தியாகம் செய்யக்கூடாது. அது ஒருபோதும் நிகழப் போவதில்லை.

எதார்த்தத்தைக் கையாளத் தயங்காதீர்கள்

உங்களுடைய சூழ்நிலையின் எதார்த்தத்தையும் அதிலிருக்கின்ற உண்மையையும் நிராகரிப்பது அல்லது அதை எதிர்கொள்ள மறுப்பது, மன அழுத்தம், பதற்றம், எதிர்மறை உணர்வுகள் போன்றவற்றுக்கான மூலகாரணமாக விளங்குகிறது. சில சமயங்களில், அது

மனநோய்க்குக்கூட இட்டுச் செல்லலாம். மறுப்புக்கு எதிர்ப்பதம் ஏற்றுக் கொள்ளுதல். வீட்டிலோ அல்லது அலுவலகத்திலோ இருக்கின்ற ஒரு நபர் அல்லது ஒரு சூழல் மாறப் போவதில்லை என்பதையும், அந்த நபர் எப்படி இருக்கிறாரோ அப்படியேதான் இருக்கப் போகிறார் அல்லது அந்தச் சூழல் எப்படி இருக்கிறதோ அப்படியேதான் இருக்கப் போகிறது என்பதையும் நீங்கள் ஏற்றுக் கொண்டு அதற்கேற்ப நடந்து கொள்கின்றபோது, அந்நபரால் அல்லது அச்சூழலால் உருவாக்கப்பட்டிருக்கின்ற மன அழுத்தம் கரைந்து மறைந்துவிடும்.

பிரச்சனைகளிலிருந்து உண்மைகளைப் பிரித்தெடுங்கள்

எதிர்பாராமல் ஏற்படுகின்ற ஒரு சிரமம் அல்லது பின்னடைவுக்கு நாம் ஆற்றுகின்ற அதீத எதிர்வினையால்தான் பெரும்பாலான எதிர்மறை உணர்ச்சிகள் தூண்டிவிடப்படுகின்றன. ஒரு பிரச்சனை நிகழ்கின்றபோது அதை நீங்கள் முழுமையாகப் புரிந்து கொண்டு, அதை எப்படிக் கையாள்வது, அதை எப்படித் தீர்ப்பது என்பதை உறுதிப்படுத்துகின்ற விதத்தில் அதை முழுமையாக அலச வேண்டும். அதற்கான வழிமுறை இது.

முதலில் ஓர் உண்மைக்கும் ஒரு பிரச்சனைக்கும் இடையேயுள்ள வித்தியாசத்தைப் புரிந்து கொள்ள வேண்டும். அது எளிது. உண்மை என்பது மாற்றப்பட முடியாதது. எடுத்துக்காட்டாக, உங்களுடைய வயது என்பது ஓர் உண்மை. வானிலை என்பது ஓர் உண்மை. அவை மாற்றப்பட முடியாதவை.

ஓர் உண்மை குறித்து நான் ஒருபோதும் கோபம் கொள்ள மாட்டேன், மன வருத்தம் அடைய மாட்டேன் என்று ஓர் உறுதிமொழி எடுத்துக் கொள்வது மகிழ்ச்சியை அடைவதற்கான ஒரு வழியாகும். பருப்பொருட்கள்மீது எப்படி நீங்கள் கோபம் கொள்வதில்லையோ, அதுபோலவே, நீங்கள் உண்மைகளைக் கண்டும் கோபம் அடையக்கூடாது. எடுத்துக்காட்டாக,

நீங்கள் ஒரு நாற்காலிமீது இடித்துவிடுகிறீர்கள் என்று வைத்துக் கொள்வோம். அதன் மேல் நீங்கள் கோபம் கொள்வதில்லை, சரிதானே? உண்மைகளை அப்படியே ஏற்றுக் கொண்டு, உங்களுடைய வாழ்க்கையையும் செயல்நடவடிக்கைகளையும் அவற்றைச் சுற்றி அமைத்துக் கொள்ள வேண்டும்.

அப்படியானால், பிரச்சனை என்பது என்ன? ஒன்றைக் குறித்து உங்களால் ஏதாவது செய்ய முடியும் என்றால் அதுவே பிரச்சனையாகும். அடையப்படாத ஓர் இலக்கு என்பது ஒரு பிரச்சனை. உங்களுடைய வாழ்க்கையில் தோன்றுகின்ற தடை என்பது ஒரு பிரச்சனை. பிரச்சனைகளைத் தீர்ப்பதற்கும் இலக்குகளை அடைவதற்கும் உங்களால் உங்களுடைய அறிவாற்றலையும் திறமையையும் பயன்படுத்திக் கொள்ள முடியும். வாழ்க்கையின் ஊடாக நீங்கள் பயணிக்கின்றபோது நீங்கள் கையாள்கின்ற சவால்கள்தாம் பிரச்சனைகள்.

கடந்தகாலமும் எதிர்காலமும்

உங்களுடைய வாழ்க்கையில் இரண்டே இரண்டு காலங்கள்தாம் இருக்கின்றன. ஒன்று கடந்தகாலம். மற்றொன்று எதிர்காலம். நிகழ்காலம் என்பது எதிர்காலத்திற்கும் கடந்தகாலத்திற்கும் இடையே கடந்து செல்கின்ற ஓர் ஒற்றைக் கணம் மாத்திரமே. நாம் உண்மைகளை எந்தக் காலத்திற்குள் போட வேண்டும், பிரச்சனைகளை எந்தக் காலத்திற்குள் போட வேண்டும்?

உங்களுடைய மகிழ்ச்சியைப் பறிக்கின்ற உண்மைகள் பெரும்பாலும் கடந்தகாலத்தைச் சேர்ந்தவையே. கடந்தகாலத்தில் நிகழ்ந்த ஒன்று ஓர் உண்மையாகும். அது மாற்றப்பட முடியாதது. இதைப் புரிந்து கொள்வது மிகவும் முக்கியமானது. ஏனெனில், பெரும்பாலான மக்கள், ஏதோ ஒரு காரியம் கடந்தகாலத்தில் தாங்கள் எதிர்பார்த்திருந்தபடி நிகழவில்லை என்பதால் நிகழ்காலத்தில் மிகவும் மகிழ்ச்சியற்று இருக்கிறார்கள். அது ஏற்கனவே நிகழ்ந்துவிட்ட ஒன்றாக இருப்பதால், இப்போது நம்மால் மாற்றப்பட முடியாத ஓர் உண்மையாக அது

ஆகிவிடுகிறது. ஓர் உண்மையைக் குறித்து மனவருத்தம் அடைவதால் எந்தப் பயனுமில்லை.

மறுபுறம், பிரச்சனை என்பது வருங்காலத்தில் இருக்கின்ற ஒன்று. பிரச்சனை குறித்து உங்களால் கண்டிப்பாக ஏதாவது செய்ய முடியும். உங்களுடைய அறிவாற்றலையும் திறமையையும் பயன்படுத்தி வேறு விதமான விளைவு ஒன்றை உங்களால் உருவாக்க முடியும். ஒரு பிரச்சனை, அதாவது, உங்கள் வருங்காலம், உங்களுடைய முழுக் கட்டுப்பாட்டில்தான் இருக்கிறது. நிகழ்காலத்தில் நீங்கள் என்ன செய்கிறீர்கள் என்பதை வைத்தே அதன் விளைவு தீர்மானிக்கப்படுகிறது.

மழையால் கெடுக்கப்பட்டச் சிற்றுலா

இப்படி ஒரு காட்சியைக் கற்பனை செய்து கொள்ளுங்கள். ஒரு சமூக நிகழ்வின்போது, உங்களுக்குத் தெரிந்த ஒருவரை நீங்கள் சந்திக்கிறீர்கள். நீங்கள் அவரிடம் ஒரு சம்பிரதாயத்திற்காக, "நீங்கள் எப்படி இருக்கிறீர்கள்?" என்று கேட்கிறீர்கள். அதற்கு அவர், "நான் நன்றாகத்தான் இருக்கிறேன். ஆனால் எனக்கு நடந்த ஒரு விஷயம் குறித்து நான் மிகவும் கோபமாக இருக்கிறேன்," என்று பதிலளிக்கிறார்.

அதனால் வியப்படையும் நீங்கள், "என்னவாயிற்று?" என்று அவரிடம் கேட்கிறீர்கள்.

அதற்கு அவர் இவ்வாறு பதிலளிக்கிறார்: "ஐந்து ஆண்டுகளுக்கு முன், ஒரு ஞாயிறன்று, நானும் என்னுடைய குடும்பத்தாரும் உள்ளூர்ப் பூங்கா ஒன்றுக்கு ஒரு சிற்றுலா செல்லலாம் என்று முடிவு செய்தோம். முந்தைய நாள் இரவே அதற்காக எல்லாவற்றையும் நாங்கள் தயார் செய்து வைத்திருந்தோம். ஆனால், ஞாயிறு காலையிலேயே மேகமூட்டமாக இருந்தது. சிறிது நேரத்தில் துவங்கிய மழை, அன்றைய நாள் முழுவதும் கொட்டித் தீர்த்தது. அதனால் நாங்கள் அன்று போக முடியாமல் போய்விட்டது. அது குறித்து இன்றளவும் என் கோபம் குறையவில்லை."

அதைக் கேட்டவுடன் உங்களுடைய சிந்தனை இந்த ரீதியில் செல்வதற்கு அதிக வாய்ப்பிருக்கிறது: "இந்த ஆளின் தலையைப் பரிசோதிக்க வேண்டும். இந்த நபர் அறிவார்ந்த முறையில் சிந்தித்துக் கொண்டிருக்கவில்லை. ஐந்து ஆண்டுகளுக்கு முன்பு பெய்திருந்த மழை குறித்து எப்படி ஒருவரால் இன்றளவும் கோபமாக இருக்க முடியும்?"

பழைய கசப்பான நினைவு மூட்டைகளைச் சுமந்து திரியாதீர்கள்

இது உங்களுக்கு அபத்தமானதாகத் தோன்றக்கூடும். ஆனால், எண்ணற்ற மக்கள், தங்களுடைய கடந்தகாலத்தில் நிகழ்ந்த, மாற்றப்பட முடியாத ஒரு நிகழ்வு குறித்து இன்றளவும் கோபத்துடனும் எரிச்சலுடனும் இருந்து வருகின்றனர். சில சமயங்களில், அது தங்களுடைய உறவுகளில் விரிசல் ஏற்படுத்துவதற்குக்கூட அவர்கள் அனுமதித்துவிடுகின்றனர். பல ஆண்டுகளுக்கு முன்னால் கசந்து போன ஏதோ ஓர் உறவு குறித்தோ, ஏதோ ஒரு முதலீட்டில் தாங்கள் இழந்திருந்த பணம் குறித்தோ, அல்லது ஏதோ ஒரு காரணத்தினால் ஒத்துவராமல் போன ஒரு வேலை குறித்தோ அவர்கள் இன்றளவும் கோபத்துடனும் வருத்தத்துடனும் இருந்து வருகின்றனர்.

உண்மையை ஏற்றுக் கொள்வதற்குப் பதிலாக, அவர்கள் தங்களுடைய பழைய கசப்பான நினைவு மூட்டைகளைச் சுமந்து திரிகின்றனர். அவர்கள்மீது யாரேனும் லேசான ஆர்வம் காட்டினால்கூட, தங்களுடைய மூட்டையை அவிழ்த்து அதிலுள்ளவற்றை அந்நபரோடு பகிர்ந்து கொள்ள அவர்கள் எப்போதும் தயாராக இருக்கின்றனர். இப்படிப்பட்ட நபர்களை நீங்கள் சமூக நிகழ்வுகளில் சந்திக்கக்கூடும். சில சமயங்களில், பேருந்திலோ, இரயிலிலோ அல்லது விமானத்திலோ அவர்கள் உங்களுடைய இருக்கைக்குப் பக்கத்து இருக்கையில் அமர்ந்து கொண்டு உங்களிடம் புலம்பித் தீர்க்கக்கூடும்.

தங்களுடைய கடந்தகால அனுபவங்களையும் பின்னடைவுகளையும் உதறித் தள்ளப் போராடிக்

கொண்டிருக்கின்றவர்கள், கிறிஸ்டினாவிடம் ஆலோசனைக்காக வருகின்றபோது, அவர்கள் தங்களுடைய செல்லத் தவளையைக் கைவிட்டுவிட்டு முன்னோக்கிப் போவதற்கு அவர்களை உந்தித் தள்ளுவதற்குப் பதிலாக, கிறிஸ்டினா அவர்களிடம் இவ்வாறு கேட்பார்: “இந்த உணர்வு, அனுபவம் அல்லது சாக்குப்போக்கைப் பிடித்துத் தொங்கிக் கொண்டிருப்பது உங்களுக்கு எந்த விதத்தில் பயனுள்ளதாக இருக்கிறது?” இது சக்தி வாய்ந்த ஒரு கேள்வியாகும். இப்படிப்பட்ட எதிர்மறைகளோடு நாம் விடாப்பிடியாகக் குடித்தனம் நடத்திக் கொண்டிருப்பதற்குக் காரணம், ஓர் உறவில் அல்லது ஒரு புதிய தொழிலில் துணிந்து இறங்குவது போன்ற புதிய முயற்சிகளில் ஈடுபடுவதிலிருந்து அது நம்மைப் பாதுகாக்கிறது என்பதுதான்.

மகிழ்ச்சியாக இருக்கின்ற மக்கள் தங்களுடைய கடந்தகாலப் பிரச்சனைகளை, அதாவது, தங்களுடைய அவலட்சணமான தவளைகளை, கண்ணோடு கண் நோக்கி, அவை மாற்றப்பட முடியாத நிகழ்வுகள் என்பதை ஏற்றுக் கொண்டு, அவற்றிலிருந்து தங்களால் முடிந்தவற்றைக் கற்றுக் கொண்டு, தங்களுடைய நிகழ்கால வாழ்க்கையில் தீவிரமாக மூழ்கிவிடுகின்றனர். அதன் பிறகு அவற்றைப் பற்றிச் சிந்திப்பதற்கு அவர்களுக்கு நேரம் இருப்பதில்லை.

சூழ்நிலையை அலசுங்கள்

ஓர் எதிர்மறைச் சூழ்நிலையை உங்களுடைய கட்டுப்பாட்டிற்குள் கொண்டு வருவதற்கான ஒரு வழி, அதைக் கவனமாக அலசுவதாகும். கேள்விகள் கேட்பதன் மூலம் உங்களால் அதைச் செய்ய முடியும். கேள்விகள் கேட்டு, ஒரு சூழ்நிலையை அல்லது நிகழ்ந்துள்ள ஒரு மாற்றத்தைப் புரிந்து கொள்ள முயற்சி செய்யும்போது, அது குறித்து நீங்கள் கோபமோ அல்லது வருத்தமோ கொள்வது சாத்தியமில்லை.

எந்தவொரு சூழ்நிலையையும் உங்களுடைய கட்டுப்பாட்டிற்குள் கொண்டுவருவதற்கு உங்களை நீங்களே கேட்டுக் கொள்ள வேண்டிய நான்கு கேள்விகள் பின்வருமாறு:

1. ***உண்மையில் என்ன நிகழ்ந்தது?*** இக்கட்டத்தில் பொறுமையாக இருங்கள். துல்லியத்திற்கு முக்கியத்துவம் கொடுங்கள். நிகழ்ந்துள்ள ஒரு விஷயத்திற்காக ஒருவரைத் தாக்குவதையும் அவர்மீது பழிபோடுவதையும் தவிர்த்துவிடுங்கள். மாறாக, அது குறித்தத் தெளிவையும் புரிதலையும் பெற முயற்சி செய்யுங்கள். உணர்ச்சிவசப்படாமல் இருக்கவும் அமைதி காக்கவும் உறுதி பூணுங்கள்.

2. ***அது எப்படி நிகழ்ந்தது?*** ஒரு மூன்றாவது நபருக்காக அந்த விஷயம் குறித்த ஆதாரங்களை நீங்கள் சேகரிப்பதாகக் கற்பனை செய்து கொள்ளுங்கள். அப்போது நீங்கள் துல்லியம் குறித்துத்தான் அதிக அக்கறை கொண்டிருப்பீர்களே அன்றி, யார்மீது குற்றம் சாட்டலாம், எதன்மீது பழி சுமத்தலாம் என்று அலைய மாட்டீர்கள். அதன் விபரங்களைத் துல்லியமாக அறிந்து கொள்வதற்காக மேலும் கேள்வி கேளுங்கள்.

3. ***அது குறித்து என்ன செய்யலாம்?*** என்ன நடந்தது என்பது குறித்துச் சிந்திப்பதற்குப் பதிலாக, அது குறித்து என்ன செய்யலாம் என்று சிந்தியுங்கள். இது உங்களை ஒரு நேர்மறையாளராக ஆக்கும்; உங்களுடைய உணர்வுகளையும் அச்சூழ்நிலையையும் உங்களுடைய கட்டுப்பாட்டுக்குள் கொண்டுவரும்.

4. ***அது குறித்து இப்போது எத்தகைய நடவடிக்கைகளை நான் மேற்கொள்ள வேண்டும்?*** கவலைப்படுவது, கழிவிரக்கம் கொள்வது, புலம்புவது ஆகியவற்றை விடுத்து, அச்சூழ்நிலையைக் கையாண்டு அதற்குச் சுமூகமான ஒரு தீர்வு காண்பதற்கு என்னவெல்லாம் செய்ய முடியுமோ அவற்றைச் செய்யுங்கள்.

புரிந்து கொள்ள முயற்சி செய்யுங்கள்

ஸ்டீபன் ஆர். கவி தன்னுடைய ‘அதிக ஆற்றல்வாய்ந்த மனிதர்களின் 7 பழக்கங்கள்’ நூலில், “முதலில் புரிந்து

கொள்வதற்கு முயற்சி செய்யுங்கள். பின்னர் புரிந்து கொள்ளப்படுவதை நாடுங்கள்," என்று குறிப்பிட்டுள்ளார். ஒரு விஷயம் குறித்து எடைபோடுவதற்கு முன்பாக அல்லது அது குறித்து ஏதாவது ஒரு முடிவுக்கு வருவதற்கு முன்பாக, அதைப் புரிந்து கொள்வதன்மீது கவனம் செலுத்துங்கள்.

ஒரு கடினமான சூழ்நிலையை எதிர்கொள்கின்றபோது, மோசமான விளைவுகள்தாம் ஏற்படும் என்று சிந்திப்பதையோ அல்லது ஊகிப்பதையோ தவிர்த்துவிடுங்கள். கிட்டத்தட்ட எந்தவொரு விஷயமும், முதலில் தோன்றுகின்ற அளவு மோசமாக இருப்பதில்லை.

பெரும்பாலான மக்கள், தேவையில்லாமல் இரண்டு விஷயங்களை ஒன்றோடொன்று முடிச்சுப் போடும் தவற்றைச் செய்கின்றனர். நீங்கள் அதைத் தவிர்த்துவிடுங்கள். எடுத்துக்காட்டாக, இரண்டு விஷயங்கள் அடுத்தடுத்து நிகழ்ந்தால், ஒன்றின் காரணமாகத்தான் மற்றொன்று நிகழ்ந்தது என்று அவர்கள் நினைக்கின்றனர். இதன் காரணமாக, அவர்கள் உடனடியாகச் சில தவறான முடிவுகளுக்கு வரக்கூடும். பெரும்பாலான சமயங்களில், அவ்விரு நிகழ்வுகளும் எதேச்சையாக நிகழ்ந்திருக்கும், ஒன்றுக்கொன்று தொடர்பில்லாதவையாக இருக்கும்.

ஒரு சூழ்நிலையை அலசுவதில், தொடர்ந்து கேள்விகள் கேட்டுத் தகவல்களைச் சேகரிப்பதுதான் மிக முக்கியமானது. சில சமயங்களில், தொடக்கத்தில் ஒரு மாபெரும் பின்னடைவாகவோ அல்லது பிரச்சனையாகவோ தோன்றுகின்ற ஒன்று, பின்னர், நீங்கள் நினைத்த அளவு தீவிரமானதாக இல்லாமல் போய்விடும். பெரும்பாலான நேரங்களில், தொடக்கத்தில் ஒரு பிரச்சனைபோலத் தோன்றுகின்ற ஒரு விஷயம், உண்மையில் மாற்றத்திற்கான ஒரு வாய்ப்பாக இருக்கிறது, மாறுவேடம் புனைந்து வந்துள்ள ஓர் ஆசீர்வாதமாக அமைகிறது.

தங்களுடைய வேலையிலும் தனிப்பட்ட வாழ்க்கையிலும் தாங்கள் எதிர்கொள்கின்ற ஏற்ற இறக்கங்களுக்கு நேர்மறையாகவும் ஆக்கபூர்வமாகவும் எதிர்வினையாற்றுகின்ற நபர்களே அவர்களுடைய நிறுவனங்களில் மிக உயர்வாக மதிக்கப்படுகின்றனர்.

கவலை நொறுக்கி

எந்தவொரு சூழ்நிலையிலும் கவலையைக் களைவதற்கான சிறந்த வழி 'கவலை நொறுக்கி'யைப் பயன்படுத்துவதாகும். இந்த வழிமுறை, கீழ்க்கண்ட நான்கு கட்டங்களை உள்ளடக்கியுள்ளது:

1. **கவலைக்குக் காரணமான சூழ்நிலையைத் தெளிவாக வரையறுங்கள்.** நீங்கள் துல்லியமாக எது குறித்துக் கவலைப்படுகிறீர்கள்? பெரும்பாலான நபர்கள் தெளிவற்ற ஏதோ ஒன்றைக் குறித்துக் கவலை கொண்டுள்ளனர். அவர்களுடைய சிந்தனையில் குழப்பம் இருக்கிறது. குழந்தைகள் இரவைக் கண்டு பயப்படுவதைப்போல, இவர்கள் எந்தக் காரணத்திற்காகத் தாங்கள் பயப்படுகிறோம் என்பது பற்றிய தெளிவு இல்லாமலேயே கவலையும் பதற்றமும் கொள்கின்றனர். சில நேரங்களில், அவர்கள் எந்த விஷயம் குறித்துக் கவலைப்படுகின்றனரோ, அது குறித்தப் போதுமான தகவல்கள் அவர்களிடம் இருப்பதில்லை. இதனால் அவர்கள் பதற்றமடைகின்றனர்.

   மருத்துவ உலகில், "நோயின் அறிகுறிகளைக் கொண்டு அதன் மூலகாரணத்தைக் கண்டுபிடித்துவிட்டால், நோயைப் பாதிக் குணமாக்கியதுபோலத்தான்," என்று கூறுவார்கள். உங்களுடைய கவலைகரமான சூழ்நிலை குறித்து உங்களால் தெளிவாக விவரிக்க முடிந்தால் (அதை எழுத்தில் வடிப்பது இன்னும் நல்லது), அந்த நடவடிக்கையே, அந்தக் கவலைச் சூழலை முற்றிலுமாகக் களைவதற்கான ஓர் உடனடித் தீர்வைப் பரிந்துரைக்கக்கூடும்.

2. **அந்தக் கவலைகரமான சூழ்நிலையால் ஏற்படக்கூடிய மிக மோசமான விளைவு என்னவாக இருக்கும் என்பதைத் தீர்மானியுங்கள்.** பெரும்பாலான கவலைகரமான சூழ்நிலைகளும் எதிர்மறை உணர்ச்சிகளும் மறுதலிப்பின் மூலமாக ஏற்படுகின்றன. ஒரு சூழ்நிலையின் எதார்த்தத்தை மறுதலிப்பதன்

மூலமாக மக்கள் பெரும் மன அழுத்தத்தை உருவாக்கிக் கொள்கின்றனர். அது உண்மையாக இருக்கக்கூடாது என்று அவர்கள் விரும்புகின்றனர். அதை அலட்சியம் செய்வதன் மூலம் அது தானாகவே போய்விடும் என்று அவர்கள் நம்புகின்றனர்; குறைந்தபட்சம் அது தீவிரமானதாக இல்லாமல் போய்விடும் என்று அவர்கள் நினைக்கின்றனர். ஆனால் இந்த அணுகுமுறை ஒருபோதும் வேலை செய்வதில்லை.

உங்கள் முன் இருக்கின்ற கவலைகரமான சூழ்நிலையால் உருவாகக்கூடிய மிக மோசமான விளைவை நீங்கள் உணர்கின்றபோது, அது நீங்கள் கற்பனை செய்துள்ள அளவு மோசமானதாக இல்லை என்பதை நீங்கள் கண்டறிவீர்கள். அச்சூழ்நிலையின் விளைவாக, ஒருவேளை, ஓர் உறவு முறியக்கூடும். ஆனால், அதனால் நீங்கள் மரித்துப் போகப் போவதில்லை. அதன் விளைவாக, ஒருவேளை உங்களுக்குப் பெரும் பண இழப்பு ஏற்படலாம். ஆனால், அதனால் நீங்கள் திவாலாகிவிடப் போவதில்லை. அச்சூழ்நிலை அப்படி உங்களைத் திவாலாக்கினாலும்கூட, அது ஓர் உண்மையே அன்றி, ஒரு பிரச்சனை அல்ல. அதை நீங்கள் எதிர்கொண்டுதான் ஆக வேண்டும். பின்னர், அதே அளவு பணத்தை வேறோர் இடத்தில், வேறொரு விதத்தில், வேறுபட்ட ஒரு முறையில் உங்களால் ஈட்டிக் கொள்ள முடியும். நேர்மறையாகச் சிந்தியுங்கள்.

அச்சூழல் உடல்நலன் சார்ந்த ஒரு பிரச்சனையை உள்ளடக்கியதாக இருந்தால், அதைத் துணிச்சலாக நேருக்கு நேர் எதிர்கொள்ளுங்கள். அப்பிரச்சனையைக் களைவதற்கு என்னவெல்லாம் செய்யப்பட வேண்டுமோ அதையெல்லாம் செய்யுங்கள். பின் உங்களுடைய ஆரோக்கியத்தை உங்களுடைய மருத்துவர்களிடமும் உங்களைவிடப் பெரிய சக்தியிடமும் ஒப்படைத்துவிடுங்கள்.

3. **இருப்பதிலேயே மிக மோசமான விளைவு ஏற்பட்டால் அதை ஏற்றுக் கொள்ளுங்கள்.** பெரும்பாலான மன அழுத்தம், ஒரு சூழ்நிலையை

அடையாளம் காண்பதையும் ஏற்றுக் கொள்வதையும் நிராகரிப்பதால்தான் உருவாகிறது என்பதால், மிக மோசமான விளைவுகளை நீங்கள் ஏற்றுக் கொள்கின்றபோது, உங்கள் மன அழுத்தம் தானாகவே மறைந்துவிடும். நீங்கள் உடனே மன நிம்மதியையும் அமைதியையும் உணர்வீர்கள். நிராகரிப்பை நீங்கள் 'ஏற்றுக் கொள்ளுதலைக்' கொண்டு இட்டு நிரப்புகின்றபோது, அச்சூழ்நிலையின் மனரீதியான மற்றும் உணர்ச்சிரீதியான கட்டுப்பாடு உங்கள் வசம் வந்துவிடுகிறது.

4. **உடனடியாக அந்த மோசமான விளைவைத் திருத்தி அதை மேம்படுத்த முயலுங்கள்.** அந்த விளைவின் பாதிப்பை முடிந்த அளவு குறைக்க உங்களால் என்னவெல்லாம் செய்ய முடியுமோ அதையெல்லாம் செய்யுங்கள், அதனால் ஏற்பட்ட நஷ்டத்தைக் குறைக்க முயலுங்கள். அந்தப் பிரச்சனையைத் தீர்ப்பதில் நீங்கள் முழுமூச்சாக இறங்கினால், உங்களுக்கு எதைப் பற்றியும் கவலைப்படுவதற்கு நேரம் இருக்காது.

இப்போது இதைச் செய்யுங்கள்

நீங்கள் சமீபத்தில் எதிர்கொண்டிருந்த ஒரு பின்னடைவைப் பற்றிச் சிந்தியுங்கள். பிறகு, கீழ்க்கண்ட நான்கு கேள்விகளையும் உங்களை நீங்களே கேட்டுக்கொள்ளுங்கள். அக்கேள்விகளுக்குப் பதிலளித்துக் கொண்டிருக்கின்றபோது, உங்களை அவதானியுங்கள். அது அச்சூழ்நிலை குறித்த உங்களுடைய அனுபவத்தை மாற்றுகிறதா என்று கவனியுங்கள்.

உண்மையில் என்ன நிகழ்ந்தது?

அது எப்படி நிகழ்ந்தது?

அது குறித்து என்ன செய்யலாம்?

அது குறித்து இப்போது என்ன நடவடிக்கைகளை நான் மேற்கொள்ள வேண்டும்?

4

அவலட்சணமான தவளைகள் நிறைந்துள்ள குட்டைகளைச் சுத்தம் செய்யுங்கள்

"நம்முடைய இயல்பான திறமைகளை அவற்றின் உச்சம்வரை பயன்படுத்துகின்றபோது, நாம் அனைவருமே உண்மையான மகிழ்ச்சியையும் மாபெரும் வெற்றியையும் அடைகிறோம்."

- ஸ்மைலி பிளான்டன்

வாழ்க்கையில் மகிழ்ச்சியாக இருப்பதுதான் நம்முடைய இலக்கு. கிட்டத்தட்ட அனைத்து நபர்களின் இறுதி நோக்கம் மகிழ்ச்சியும் மன அமைதியும்தாம். உங்களுடைய சொந்த மகிழ்ச்சியை அடைவதற்கான உங்களுடைய திறன்தான், ஒரு மனிதன் என்ற முறையில் நீங்கள் எந்த அளவு வெற்றி பெற்றிருக்கிறீர்கள் என்பதற்கான உண்மையான அளவீடாகும்.

இதில் ஒரு நல்ல செய்தி என்னவென்றால், உங்களுடைய வாழ்க்கையில் மகிழ்ச்சியையும் மனநிறைவையும் பெறுவது முன் எப்போதையும்விட இப்போதுதான் அதிகச் சாத்தியமுடையதாக ஆகியுள்ளது. மகிழ்ச்சி மற்றும் மகிழ்ச்சியின்மைக்கான காரணங்களை முன் எப்போதையும்விட இப்போதுதான் நாம் அதிகமாக அறிந்துள்ளோம். மகிழ்ச்சி தொடர்பாக மனித மூளை எப்படி இயங்குகிறது என்பதை முன்னெப்போதையும்விட, கடந்த சில ஆண்டுகளாகத்தான் நாம் அதிகமாகக் அறிந்து

கொண்டுள்ளோம்.

பிரையன் தன்னுடைய இருபதுகளில் இருந்தபோது, மகிழ்ச்சியான, மனநிறைவானதொரு வாழ்க்கையை வாழ்வதில் அவர் பெரும் ஆர்வம் கொண்டிருந்தார். அதனால், அவர் மகிழ்ச்சி குறித்துப் படிக்கத் துவங்கினார். உளவியல், தத்துவம், மதம், வெற்றி ஆகியவை குறித்துப் பல ஆயிரக்கணக்கான மணி நேரம் படித்து, ஆய்வுகளை மேற்கொண்டதற்குப் பிறகு, மகிழ்ச்சி குறித்த அசாதாரணமான உள்நோக்கு அவருக்குக் கிடைத்தது.

முக்கியமான தடைக்கல்

உங்களுடைய மனமெனும் குட்டையின் அருகே அமர்ந்திருக்கின்ற அவலட்சணமான தவளைகளாகிய எதிர்மறை உணர்ச்சிகள்தாம் உங்களுடைய மகிழ்ச்சிக்குக் குறுக்கே நிற்கின்ற முக்கியமான தடைச்சுவர்கள் என்பதை பிரையன் கண்டுபிடித்தார். வேலையிலும் சரி, வாழ்க்கையிலும் சரி, மகிழ்ச்சியின்மை, துன்பங்கள், விரக்தி போன்றவற்றிற்கான மூலகாரணம் எதிர்மறை உணர்ச்சிகள்தாம். உங்களால் உங்களுடைய எதிர்மறை உணர்ச்சிகளைக் களைய முடிந்தால், உங்களுடைய மொத்த வாழ்க்கையுமே மாற்றமடையும்.

அதோடு, பிரையன், மனம் என்பது ஒரு வெற்றிடம் போன்றது என்பதையும் கண்டறிந்தார். அதனால், மனத்தால் நீண்ட நேரத்திற்குக் காலியாக இருக்க முடியாது என்பதையும் அவர் அறிந்து கொண்டார். நீங்கள் உங்களுடைய மனத்திலிருந்து எதிர்மறை உணர்ச்சிகளைத் துரத்தியடிப்பதன் மூலம் அதை நீங்கள் காலியாக்கினால், விரைவிலேயே அந்த இடத்தை மகிழ்ச்சி, ஆர்வம், அன்பு, அமைதி போன்ற நேர்மறை உணர்ச்சிகள் ஆக்கிரமித்துக் கொள்ளும். நீங்கள் களைகளை வெட்டித் தூக்கி எறிந்துவிட்டால், அங்கு பூக்கள் முளைக்கத் துவங்கும்.

சில சமயங்களில், ஒரே ஒரு புதிய யோசனை அல்லது ஒரு புதிய கண்ணோட்டம் உங்களுடைய கடந்தகால நிகழ்வு ஒன்றுக்கு நீங்கள் வேறுவிதமான விளக்கம் ஒன்றை கொடுத்துக் கொள்வதற்கு இட்டுச் செல்லக்கூடும். அது உங்களுக்குப் பெரும் புத்துணர்ச்சியளிக்கக்கூடும். நீங்கள்

முன்பு இருந்தாற்போல அதற்குப் பிறகு ஒருக்காலும் இருக்க மாட்டீர்கள். நீங்கள் முற்றிலும் வேறுபட்ட ஒரு மனிதராக இருப்பீர்கள்.

எதிர்மறைகள் சில நேரங்களில் நேர்மறைகளாக மாறக்கூடும்

எடுத்துக்காட்டாக, நீங்கள் நியாயமற்ற முறையில் உங்களுடைய வேலையிலிருந்து தூக்கி எறியப்பட்டிருக்கலாம். அது குறித்து நீங்கள் உங்களுடைய மேலதிகாரிமீது கடும் கோபத்தில் இருக்கலாம். அதற்குப் பிறகு, உங்களுடைய திறமைகள் மற்றும் செயற்திறனுக்கு ஏற்ற ஒரு மேம்பட்ட வேலை உங்களுக்குக் கிடைக்கிறது; அங்கிருக்கின்ற சக ஊழியர்கள் உங்களிடம் அனுசரணையாக நடந்து கொள்கின்றனர்; அந்த வேலையில் உங்களுக்குக் கிடைக்கின்ற சம்பளமும் முந்தைய வேலையோடு ஒப்பிடுகையில் மிகவும் அதிகம். அந்த வேலையில் சேர்ந்த பிறகு, நீங்கள் உங்களுடைய கடந்தகால வாழ்க்கையைத் திரும்பிப் பார்க்கின்றபோது, உங்களுடைய பழைய மேலதிகாரி உங்களை வேலையிலிருந்து தூக்கி எறிந்ததன் மூலம் உங்களுக்கு உதவிதான் செய்திருக்கிறார் என்று நீங்கள் கருதக்கூடும். அவரைப் பற்றி நினைக்கும்போது, அவர்மீது கோபம் கொள்வதற்குப் பதிலாக, நீங்கள் அவரிடம் நன்றியுணர்வுதான் கொண்டிருக்க வேண்டும் என்பது உங்களுக்குப் புலப்படும்.

உங்களுக்கு நிகழ்கின்ற அனைத்துச் சம்பவங்களிலிருந்தும் ஏதாவது ஒரு படிப்பினையைக் கற்றுக் கொள்கின்ற பழக்கத்தை வளர்த்து கொள்வது உங்களுக்கு மிகவும் உதவிகரமாக இருக்கும். குறிப்பாக, எதிர்மறை அனுபவங்களிலிருந்து பாடம் கற்றுக் கொள்கின்ற பழக்கத்தை நீங்கள் வளர்த்துக் கொள்ள வேண்டும். நீங்கள் எதிர்பாராத ஒரு பின்னடைவையோ அல்லது தற்காலிகமான தோல்வியையோ எதிர்கொள்கின்றபோது, உங்களுடைய எண்ணங்கள்மீது உங்களுக்கு முழுமையான கட்டுப்பாடு இருப்பதால், அச்சூழலிலிருந்து நீங்கள் ஒரு

படிப்பினையைக் கற்றுக் கொள்வீர்கள் என்று உறுதி பூணுங்கள். பெரும்பாலான நேரங்களில் உங்களால் புதிய யோசனைகள், புதிய உள்நோக்குகள், புதிய வாய்ப்புகள் போன்றவற்றைப் பெற முடியும். கடைசியாக நீங்கள் எதிர்கொண்ட பிரச்சனையில் எத்தகைய படிப்பினை ஒளிந்திருந்தது என்று யோசியுங்கள்.

உங்களுடைய மனத்தை உங்களுடைய கட்டுப்பாட்டிற்குள் கொண்டு வாருங்கள்

உங்களால் எவ்வளவு சிறப்பான ஒரு நபராக ஆக முடியுமோ அந்த நபராக ஆவதற்கு நீங்கள் முதலிலிருந்து தொடங்க வேண்டும். உங்களுடைய வாழ்க்கையின்மீது உங்களுக்கு எவ்வளவு கட்டுப்பாடு இருப்பதாக நீங்கள் உணர்கிறீர்களோ, நீங்கள் அவ்வளவு மகிழ்ச்சியாக இருப்பீர்கள் என்று கட்டுப்பாட்டு விதி கூறுகிறது. மறுபுறம், உங்களுடைய வாழ்க்கையின்மீது உங்களுக்கு எந்த அளவுக்குக் கட்டுப்பாடு இல்லை என்று நீங்கள் உணர்கிறீர்களோ, அந்த அளவுக்கு நீங்கள் மகிழ்ச்சியற்று இருப்பீர்கள்.

ஒன்று, உங்களுடைய வாழ்க்கை உங்கள் கட்டுப்பாட்டில்தான் இருக்கிறது என்ற உள்ளார்ந்த உணர்வு உங்களிடம் இருக்கும். அல்லது, உங்களுடைய வாழ்க்கை புறக் காரணிகளால் அல்லது பிற மனிதர்களால் கட்டுப்படுத்தப்படுகிறது என்ற உணர்வு உங்களிடம் இருக்கும். உங்களுடைய செலவீனங்கள், உங்களுடைய உடல் ஆரோக்கியம் போன்றவை புறக் காரணிகளுக்கான எடுத்துக்காட்டுகள். உங்களுடைய மேலதிகாரி உங்கள் வாழ்க்கைமீது கட்டுப்பாடு கொண்டிருக்கின்ற பிற மனிதர்களுக்கான எடுத்துக்காட்டு. இந்த இரண்டு விஷயங்கள் குறித்தும் உங்களால் எதுவும் செய்ய முடியாது. மன அழுத்தம், மகிழ்ச்சி, மனரீதியான மற்றும் உடல்ரீதியான பிரச்சனைகள் போன்றவை உங்கள் வாழ்வில் இடம் பெற்றிருப்பதற்கும் இடம் பெறாமல் இருப்பதற்கும் நீங்கள் உங்கள் வாழ்க்கையின்மீது கொண்டுள்ள கட்டுப்பாடு மிக முக்கியக் காரணி என்று

உளவியலாளர்கள் தெரிவிக்கின்றனர்.

உங்களுக்கு ஒரே ஒரு விஷயத்தின்மீதுதான் கட்டுப்பாடு இருக்கிறது. உங்களுடைய மனம்தான் அது. நீங்கள் சிந்திக்கின்ற விஷயங்களை உங்களால் கட்டுப்படுத்த முடியும். நாஜி வதை முகாம்களிலிருந்து தப்பிப் பிழைத்த ஆஸ்திரிய நாட்டு மனநல மருத்துவரான விக்டர் ஃபிராங்க்கெல், “மனிதனிடமிருந்து எதை வேண்டுமானாலும் பறித்துவிட முடியும் – ஒன்றே ஒன்றைத் தவிர! எந்தவொரு சூழலிலும் தன்னுடைய மனப்போக்கைத் தேர்ந்தெடுப்பதற்கான சுதந்திரம்தான் அது,” என்று கூறியுள்ளார்.

அனைத்து விதமான எதிர்மறை உணர்வுகளையும் ஒழித்துக்கட்டுவதுதான் உங்களுடைய தலையாய நோக்கமாக இருக்க வேண்டும். அதிர்ஷ்டவசமாக, எதிர்மறை உணர்வுகளை முழுமையாக அப்புறப்படுத்துவதற்குச் சில உத்திகளும் நிரூபணமான வழிமுறைகளும் இருக்கின்றன. அவற்றில் சில மிக விரைவாகவும் உடனடியாகவும் வேலை செய்யக்கூடியவை. அவற்றை அடுத்துப் பார்க்கலாம்.

இப்போது இதைச் செய்யுங்கள்

இன்றிலிருந்து, சூழல்கள் உங்களுக்குள் வருத்தத்தையோ, விரக்தியையோ, அல்லது எதிர்மறை உணர்வுகளையோ தோற்றுவிக்கின்றபோது, அவற்றை அவதானியுங்கள். ஆழமாக சுவாசித்துவிட்டு, அவற்றுக்கு மேலும் தீனி போடாமல் இருப்பதற்கு உறுதி பூணுங்கள். 'எமோஷனல் இன்டெலிஜென்ஸ்' நூலின் ஆசிரியரான டேனியல் கோல்மேன் எதிர்மறை உணர்வுகள் பற்றி இந்த முக்கியமான கருத்தை முன்வைக்கிறார்: எதிர்மறை உணர்வுகள் தோன்றுகின்றபோது அவை சிறியவையாகத்தான் இருக்கின்றன; ஆனால் அவற்றின்மீது நீங்கள் எவ்வளவு அதிகக் கவனத்தையும் ஆற்றலையும் குவிக்கிறீர்களோ, அவை அவ்வளவு பெரிதாகின்றன. நேர்மறை எண்ணங்கள் மற்றும் உணர்வுகளின்மீது உங்களுடைய கவனத்தைக் குவிக்கத் தீர்மானியுங்கள். அதன் மூலம் உங்களால் எதிர்மறை எண்ணங்களைப் பட்டினி

போட முடியும். உங்களுடைய எண்ணங்கள்மீது உங்களுக்கு முழுக் கட்டுப்பாடு இருக்கிறது என்பதை ஒருபோதும் மறக்காதீர்கள்.

நன்னம்பிக்கையாளராக இருப்பதற்கு உங்களைத் தயார்படுத்திக் கொள்ளுங்கள்

உங்களுடைய உணர்வுகள் எங்கிருந்து வருகின்றன? எவை முதலில் வருகின்றன? எண்ணங்களா அல்லது உணர்வுகளா? எண்ணங்களைத் தொடர்ந்தே உணர்வுகள் வருகின்றன. தீர்மானங்களும் செயல்நடவடிக்கைகளும் உணர்வுகளுக்குப் பின்னால் வருகின்றன. முதலில் ஏதாவது ஒரு விஷயம் குறித்த ஓர் எண்ணம் உங்களுக்குத் தோன்றுகிறது. அந்த எண்ணத்தை நேர்மறையான அல்லது எதிர்மறையான எண்ணம் என்று நீங்கள் வகைப்படுத்துகிறீர்கள். உங்களுடைய வகைப்படுத்துதலுக்குப் பொருத்தமான உணர்வு உங்களிடம் தோன்றுகிறது. பின் அந்த உணர்வு ஒரு செயல்நடவடிக்கையை அல்லது எதிர்விளைவை உங்களிடம் முடுக்கிவிடுகிறது.

இதை வேறு வழியில் கூற வேண்டுமென்றால், நீங்கள்தான் உங்களுடைய உணர்ச்சிரீதியான வாழ்க்கையைத் தீர்மானிக்கிறீர்கள்; உங்களுக்கு நிகழ்கின்ற அனைத்தும், ஒரு சம்பவம் அல்லது அனுபவம் குறித்து நீங்கள் எவ்வாறு சிந்திக்கிறீர்களோ அதைப் பொறுத்தே அமைகின்றன. உங்கள் வாழ்க்கையின் ஒவ்வோர் அம்சத்திற்கும் அர்த்தம் கொடுத்துக் கொள்வது நீங்கள்தானே அன்றி, வேறு எவருமல்லர்.

தூண்டல்ரீதியான எதிர்வினை என்ற ஒன்றைப் பற்றி நடத்தைசார் உளவியல் பேசுகிறது. பெரும்பாலான மக்கள் இதன் அடிப்படையிலேயே சிந்திக்கின்றனர். ஒரு குறிப்பிட்டத் தூண்டலுக்கு ஒரு குறிப்பிட்ட எதிர்வினையை உடனடியாக விளைவிக்கின்ற ஆற்றல் உண்டு. உங்களுடைய பெரும்பாலான சிந்தனைகளும் உணர்வுகளும் உள்ளுணர்வுரீதியானவை, தானியங்கி முறையில் நிகழ்பவை. கடந்தகாலத்தில் நீங்கள் எப்படி

ஒரு விஷயத்திற்கு மீண்டும் மீண்டும் ஒரே மாதிரியாக எதிர்வினை ஆற்றி வந்தீர்களோ, அப்படியேதான் நிகழ்காலத்திலும் எதிர்வினையாற்றுகிறீர்கள்.

ஆனால், வெற்றியாளர்களும் மகிழ்ச்சியாக இருக்கின்ற நபர்களும், சராசரி மனிதர்களிடமிருந்து வித்தியாசமாகச் சிந்திக்கின்றனர், எதிர்வினையாற்றுகின்றனர். தங்களுக்கு ஒரு தூண்டல் ஏற்படுகின்றபோது, அவர்கள் அதற்கு உடனடியாக எதிர்வினையாற்றுவதில்லை. என்ன நடந்து கொண்டிருக்கிறது என்பது குறித்தும், அதற்கு எப்படி எதிர்வினையாற்றலாம் என்பது குறித்தும் அவர்கள் நிதானமாகச் சிந்திக்கின்றனர். தூண்டலுக்கும் எதிர்வினையாற்றலுக்கும் இடைப்பட்டச் சிந்தனைக் கணங்களில்தான் ஒருவருடைய வாழ்க்கையின் தரம் தீர்மானிக்கப்படுகிறது.

ஆழ்சிந்தனையின் சக்தி

உங்கள் வாழ்க்கையில் நடைபெறுகின்ற நிகழ்வுகளுக்கு எதிர்வினையாற்றுவதற்கு முன்பாக, அவை குறித்து நேர்மறையாகவும் ஆக்கபூர்வமாகவும் சிந்திக்கின்ற பழக்கத்தை நீங்கள் வளர்த்துக் கொண்டால், பின்விளைவுகள் குறித்துச் சிறிதும் சிந்திக்காமல் எதிர்வினையாற்றுபவர்களோடு ஒப்பிடுகையில், உங்களால் சிறப்பான தேர்ந்தெடுப்புகளை மேற்கொள்ள முடியும், சிறப்பான முறையில் தீர்மானங்களை மேற்கொள்ள முடியும்.

நீங்கள் உங்களுடைய வாழ்க்கையைத் திரும்பிப் பார்க்கின்றபோது, உங்களுடைய மகிழ்ச்சியின்மை மற்றும் வருத்தத்திற்குக் காரணமாக அமைந்திருந்த பல தவறுகள், விஷயங்கள் குறித்து ஆழமாகச் சிந்திக்க நீங்கள் தவறியதால் விளைந்தவையே என்பதை நீங்கள் உணர்வீர்கள்.

மாற்றீட்டு விதி

உங்களுடைய மனத்தில் ஒரு நேரத்தில் ஒரே ஓர் எண்ணத்தை மட்டுமே உங்களால் நிலைப்படுத்த முடியும் என்று மாற்றீட்டு விதி கூறுகிறது. அதோடு, உங்கள்

மனத்தில் இருக்கின்ற எதிர்மறை எண்ணத்திற்கு மாற்றீடாக ஒரு நேர்மறை எண்ணத்தை வலுக்கட்டாயமாக அந்த இடத்தில் உங்களால் நிலைப்படுத்த முடியும் என்றும் அவ்விதி கூறுகிறது. உங்களை மகிழ்ச்சியற்றவராக ஆக்குகின்ற ஓர் எண்ணத்திற்குப் பதிலாக, உங்களுக்கு மகிழ்ச்சியை உண்டுபண்ணுகின்ற ஓர் எண்ணம் குறித்துச் சிந்திப்பதை உங்களால் தேர்ந்தெடுக்க முடியும்.

உளவியலாளரும் நூலாசிரியருமான மார்ட்டின் செலிக்மேன், இருபத்திரண்டு ஆண்டுகளாக, நன்னம்பிக்கை தொடர்பான ஆய்வுகளில் ஈடுபட்டு வந்தார். மக்கள் நன்னம்பிக்கையாளர்களாக இருப்பது அல்லது அவநம்பிக்கையாளர்களாக இருப்பது, நிகழ்வுகளுக்கு அவர்கள் விளக்கமளிக்கின்ற விதத்தைப் பொறுத்தது என்பது அவருடைய ஆய்வுகளின் முக்கியமான முடிவுகளில் ஒன்றாகும்.

ஒரு நிகழ்வுக்கு உங்களுக்கு நீங்களே எவ்வாறு விளக்கமளித்துக் கொள்கிறீர்கள் என்பதுதான் நீங்கள் சொந்தமாக விளக்கமளிக்கின்ற விதமாகும். இது நபருக்கு நபர் வேறுபடும். அந்த விளக்கமளித்தலுக்கு ஏற்ப, ஒருவரிடம் உணர்வுகள் தாமாகவே தோன்றுகின்றன.

ஒரு சூழ்நிலைக்கு உங்களால் மறுவிளக்கமளிக்க முடியும்

ஒரு சூழ்நிலை தானாகவே உங்களை மகிழ்ச்சிப்படுத்துவதோ அல்லது வருத்தப்படுத்துவதோ இல்லை. ஒரு சூழ்நிலை நேர்மறையானது அல்லது எதிர்மறையானது என்று நீங்கள் வகைப்படுத்தும்போதுதான், அது தொடர்பான உணர்வுகள் தூண்டிவிடப்படுகின்றன. உங்களுடைய பழைய அனுபவம் ஒன்றுக்கு நீங்கள் மறுவிளக்கம் அளிக்கின்றபோது, அது குறித்த உங்களுடைய உணர்ச்சிரீதியான எதிர்வினையில் மாற்றம் ஏற்படுவதையும், எதிர்மறை உணர்வுகளிலிருந்து நீங்கள் விடுபடுவதையும் நீங்கள் காண்பீர்கள்.

எடுத்துக்காட்டாக, நீங்கள் அந்த அவலட்சணமான தவளையை (ஒரு கடினமான சூழ்நிலை) முதன்முதலாகப்

பார்க்கின்றபோது, அதன் அருகில் நெருங்குவது அல்லது அதைத் தொடுவது என்பதை உங்களால் கற்பனை செய்துகூடப் பார்க்க முடியாமல் இருக்கலாம். உங்களுடைய சூழ்நிலைக்கு நீங்கள் மறுவிளக்கம் அளிக்கின்றபோது உங்களுடைய கண்ணோட்டம் மாறும். தவளைகள் கொசுக்களைத் தின்கின்றன என்பதையும், கொசுக்கள் நமக்கு அச்சுறுத்தலாக இருக்கின்றன என்பதையும் நீங்கள் கணக்கில் எடுத்துக் கொண்டால், தவளைகளை நீங்கள் பார்க்கின்ற கோணம் மாறிவிடும்.

பொதுவாக மக்கள் ஒரு சூழ்நிலை குறித்தத் தங்களுடைய கண்ணோட்டத்தை மாற்றிக் கொள்கின்றபோது, அச்சூழ்நிலை குறித்து அவர்கள் கொண்டிருக்கின்ற உணர்வுகள் முற்றிலுமாக மாறிவிடுகின்றன. உங்களுடைய மகிழ்ச்சியற்ற நிலைக்கு உங்களுடைய கடினமான குழந்தைப்பருவம்தான் காரணம் என்று நீங்கள் நினைத்தால், உங்களுடைய குழந்தைப்பருவ அனுபவங்கள் அனைத்தும் சேர்ந்துதான் இன்றுள்ள உங்களை உருவாக்கியுள்ளன என்ற ரீதியில் நீங்கள் சிந்திக்கின்றபோது, அவை குறித்த உங்களுடைய கண்ணோட்டம் மாறும்.

இங்குச் சொற்களுக்கு ஒரு முக்கியமான இடம் இருக்கிறது. ஒரு நிகழ்வை விளக்குவதற்கு நீங்கள் தேர்ந்தெடுக்கின்ற சொற்கள், நேர்மறையான எண்ணங்களையும் உணர்வுகளையும் தூண்டலாம் அல்லது எதிர்மறையான எண்ணங்களையும் உணர்வுகளையும் தூண்டலாம். அதனால் சொற்களை நீங்கள் கவனமாகத் தேர்ந்தெடுக்க வேண்டும்.

பிரையனின் கதை

பிரையன் டிரேசி ஓர் ஏழைக் குடும்பத்தில் பிறந்தவர். அவர் பள்ளிப் படிப்பையே முடிக்காதவர். அவர் பல ஆண்டுகளாக, பாத்திரங்களைக் கழுவுதல், குழி வெட்டுதல் போன்ற கூலி வேலைகளைப் பார்த்து வந்தார். அவர் இருபதுகளின் மத்தியில் இருந்தபோது, விற்பனைத் துறைக்குள் அடியெடுத்து வைத்தார். அதில்

அவர் குறிப்பிடத்தக்க வெற்றிகளை ஈட்டினார். அதற்குப் பிறகு, அவர் விற்பனை மேலாண்மைத் துறைக்குள் நுழைந்து மேலும் பெரும் வெற்றிகளை அடைந்தார். அவர் தன் முப்பதுகளைத் தொட்டுக் கொண்டிருந்தபோது, வாழ்க்கையில் அவர் ஒரு நல்ல நிலைக்கு வந்து கொண்டிருந்தார்.

அதைத் தொடர்ந்து அவர் வெகுகாலமாக ஆசைப்பட்டுக் கொண்டிருந்த மெர்சிடிஸ் கார் ஒன்றை அவர் வாங்கினார். அது இரண்டு ஆண்டுகள் பழைய கார். அதை அவர் ஐந்து ஆண்டுகள் தவணை முறையில் வாங்கியிருந்தார். அதற்கு அவர் ஒரு கணிசமான தொகையை மாதாமாதம் கட்ட வேண்டியிருந்தபோதிலும், தன் கனவு நிறைவேறிய திருப்தி அவருக்கு இருந்தது.

அந்தப் பெரிய, ஆற்றல்மிக்கக் காரை பிரையன் தன் ஆசைதீரப் படுவேகமாக ஓட்டித் திரிந்தார், பல இடங்களுக்கும் பயணித்தார். ஓராண்டுக்குப் பிறகு அவர் அதை ஒரு புதிய பழுதுபார்ப்புக் கடைக்கு எடுத்துச் சென்றார். அதைச் சோதித்துப் பார்த்த மெக்கானிக், அந்தக் காரின் கார்புரேட்டரில் ஒரு பெரிய பிரச்சனை இருந்ததாகத் தெரிவித்தார். முந்தைய மெக்கானிக், காப்புரேட்டரின் ஒரு முக்கியமான பாகத்தைத் தலைகீழாக மாட்டியிருந்தார் என்று தெரிவித்த அந்த மெக்கானிக், அதைச் சரியாக மாட்டிக் கொடுத்தார். அதோடு, இனி ஆக்சிலரேட்டரை அழுத்தும்போது கவனமாக இருக்கும்படியும் கேட்டுக் கொண்டார்.

பிரையன் ஏற்கனவே தன் கார் குறித்துத் திருப்தியோடு இருந்தார். ஆனால் இம்முறை அந்தச் சிறிய தவறு சரி செய்யப்பட்டவுடன், அவர் தன் காலை லேசாக ஆக்சிலரேட்டரில் அழுத்தினாலே கார் படுவேகமாகப் பறந்தது. தன் கையை மீறிப் போய்விடாமல் இருப்பதற்காக அவர் பிரேக்கைப் போட வேண்டியிருந்தது. அதற்குப் பிறகு, பிரையன் ஆக்சிலரேட்டரில் தன் காலை வைத்தபோது மென்மையாக அதை அழுத்தினார். ஒரே ஒரு சிறிய பாகத்தை மாற்றியதால் அந்த மாற்றம் நிகழ்ந்திருந்தது.

உங்களிடம் அசாதாரணமான திறன்கள் இருக்கின்றன

உங்களுடைய மனமும் உங்களிடமுள்ள ஆற்றலும், மிகச் சிறப்பாக உருவாக்கப்பட்டுள்ள ஒரு மெர்சிடிஸ் காரைப் போன்றவையாகும். உங்களுடைய வாழ்க்கை திருப்திகரமாக நகர்ந்து கொண்டிருக்கின்றபோதுகூட அல்லது நீங்கள் ஒரு வெற்றியாளராகத் திகழ்ந்து கொண்டிருக்கின்றபோதுகூட, உங்களுடைய மனத்தின் ஆழத்தில் எங்கோ ஒரு மூலையில் ஓர் எதிர்மறையான நினைவு, ஓர் அவலட்சணமான தவளை ஒளிந்து கொண்டு, உங்கள் வாழ்க்கையில் நீங்கள் இன்னும் அதிகச் சிறப்பாகச் செயல்படுவதைத் தடுத்துக் கொண்டிருக்கக்கூடும். அந்தத் தடையை நீங்கள் அடையாளம் கண்டு அதை அப்புறப்படுத்தும்போது, ஒரு சில ஆண்டுகளில் உங்களுக்கு ஏற்படக்கூடிய மேம்பாடுகளை ஒரு சில மாதங்களுக்கு உள்ளாகவே உங்களால் அடைய முடியலாம்.

இப்போது இதைச் செய்யுங்கள்

உங்கள் வேலையில் அல்லது தனிப்பட்ட வாழ்க்கையில் உங்களால் இதயபூர்வமாக ஈடுபட முடியாதபடி இன்றும் உங்களை இழுத்துப் பிடித்துக் கொண்டிருக்கின்ற, கடந்தகாலத்தில் நிகழ்ந்த ஓர் எதிர்மறையான அனுபவம் அல்லது உங்களுக்குக் கோபம் ஏற்படுத்தியிருந்த ஒரு நபர் குறித்து யோசித்துப் பாருங்கள்.

இன்று அந்தக் கடந்தகால எதிர்மறை அனுபவத்தை நேர்மறையான அனுபவமாக மறுவரையறை செய்யப் போவதாக உறுதி பூணுங்கள். பின் அதிலிருந்து பாடம் கற்றுக் கொண்டு, அந்த அனுபவத்தை ஒரேயடியாகத் தலைமுழுகிவிட்டு, இனி அதைப் பற்றி ஒருபோதும் யோசிக்காமல் இருக்க போவதாகவும், வருங்காலத்தின்மீது மட்டுமே கவனத்தைக் குவிக்கப் போவதாகவும் உறுதி பூணுங்கள்.

5

சதுப்புநிலத்தின் நீரை வற்றச் செய்யுங்கள்

"இந்த உலகில் சிறப்பாகச் செயல்பட்டுக் கொண்டிருக்கின்ற நபர்கள், தாங்கள் விரும்புகின்ற சந்தர்ப்பங்கள் எங்கு இருக்கின்றன என்று தேடுகின்றனர்; அப்படி அவை தங்களுக்குக் கிடைக்காவிட்டால், அவர்களே அவற்றை உருவாக்கிக் கொள்கின்றனர்."

- ஜார்ஜ் பெர்னார்ட் ஷா

எல்லோருமே மகிழ்ச்சியாகவும் சுயநிறைவுடனும் இருக்கவே விரும்புகின்றனர். எல்லோருமே ஆனந்தம், திருப்தி, மகிழ்ச்சியான உறவுகள், மன நிம்மதி ஆகியவற்றை அனுபவிக்க ஆசைப்படுகின்றனர். ஆனாலும் ஏன் எண்ணற்ற மக்கள் விரக்தியோடு வாழ்ந்து கொண்டிருக்கின்றனர்?

நாம் ஏற்கனவே பார்த்ததுபோல, பெரும்பாலும், மகிழ்ச்சியின்மைக்கும் மனநிறைவின்மைக்கும், எதிர்மறை உணர்வுகளும், அவை நம் வாழ்க்கைப் பாதையில் தூக்கி எறிகின்ற தடைக்கற்களும்தாம் மூலகாரணம். நம்முடைய மனமெனும் சதுப்புநிலத்தில் வாழ்ந்து கொண்டிருக்கின்ற அந்த அவலட்சணமான தவளைகள் நம் காலை வாரிவிட்டுவிடுகின்றன, நாம் முன்னே செல்ல முடியாதபடி நம்மை இழுத்துப் பிடிக்கின்றன.

அழிவுபூர்வமான விமர்சனங்கள் மற்றும் போதுமான அன்பின்மை காரணமாக, குழந்தைகள் தங்களுடைய சிறு வயதிலேயே எதிர்மறை உணர்வுகளை வளர்த்துக் கொள்ளக்கூடும். அவர்கள் வளர்ந்து பெரியவர்களாக ஆகின்றபோது, அந்த எதிர்மறை உணர்வுகள் மேலும் தீவிரமடைந்து, கூடுதலான எதிர்மறை உணர்வுகளைத் தோற்றுவிக்கின்றன.

பயம், சந்தேகம், கவலை, பொறாமை, வயிற்றெரிச்சல், வெறுப்பு, மனக்கொதிப்பு, தகுதியின்மை உணர்வு, போதாமை உணர்வு போன்றவை மக்கள் அனுபவிக்கின்ற முக்கியமான எதிர்மறை உணர்வுகளாகும்.

ஒரு குழந்தை தொடர்ந்து விமர்சிக்கப்பட்டு வருகின்றபோது, அதனிடம் பயம், சந்தேகம், கவலை போன்ற எதிர்மறை உணர்வுகள் உருவாகின்றன. ஒரு குழந்தை குறிப்பிடத்தக்கச் சாதனைகளை நிகழ்த்தினாலும், அவை ஒருபோதும் அக்குழந்தையின் பெற்றோரைத் திருப்திப்படுத்தப் போதுமானவையாக இருப்பதில்லை. பெரும்பாலான குடும்பங்களில், பெற்றோர் தங்கள் குழந்தைகளிடம் தங்களுடைய அன்பையும் பாராட்டையும் வெளிப்படுத்துவதில்லை. ஏதோ ஒரு விதத்தில் தங்களுடைய குழந்தைகள் தங்களைத் திருப்திப்படுத்தவில்லை என்றால், அவர்கள் ஏற்கனவே கொடுத்துக் கொண்டிருக்கின்ற அன்பையும் அங்கீகரிப்பையும்கூடத் திரும்பப் பெற்றுக் கொள்கின்றனர்.

உணர்ச்சிகள் மதிப்பீடுகளைத் திரிக்கின்றன

அனைத்து உணர்ச்சிகளும், குறிப்பாக எதிர்மறை உணர்ச்சிகள், மதிப்பீடுகளைத் திரிக்கின்றன. ஓர் எதிர்மறை உணர்ச்சியால் ஆட்கொள்ளப்பட்டிருக்கின்ற ஒருவரால் அறிவார்ந்த முறையிலோ அல்லது தெளிவாகவோ சிந்திக்க முடியாது. ஓர் எதிர்மறை உணர்ச்சி எவ்வளவு அதிகத் தீவிரமாக இருக்கிறதோ, அதை அனுபவித்துக் கொண்டிருக்கின்ற நபர், அவ்வளவு அதிக தூரம் எதார்த்தத்திலிருந்து விலகிப் போய்விடுகிறார். அதற்குப்

பிறகு அவர் அழிவுபூர்வமான விதத்தில் பேசவும் நடந்து கொள்ளவும் தொடங்குகிறார்.

சில ஆண்டுகளுக்கு முன், அபிகெயில் டிராஃபோர்ட் என்ற அமெரிக்க எழுத்தாளர் தன் வாழ்வில் மிகக் கசப்பான விவாகரத்தை எதிர்கொண்டார். அது குறித்து அவர் ஒரு புத்தகமும் எழுதினார். அதன் பெயர் 'கிரேசி டைம்'. அவர் விவாகரத்துப் பெறுவதற்கு அவருக்கு இரண்டு ஆண்டுகள் ஆயின. அந்த மோசமான இரண்டு ஆண்டுகளும், தன் நடத்தையைத் தன்னாலேயே அடையாளம் கண்டுகொள்ள முடியாத அளவுக்குத் தான் நடந்து கொண்டிருந்ததாக அபிகெயில் தன்னுடைய புத்தகத்தில் எழுதியுள்ளார். அவர் விவாகரத்துப் பெற்றவுடன் இயல்பு நிலைக்குத் திரும்பிவிட்டார். அவர் அனுபவித்து வந்திருந்த தீவிரமான எதிர்மறை உணர்ச்சிகளின் காரணமாக, அக்காலகட்டம் முழுவதும் அவர் 'பைத்தியம் பிடித்திருந்த' ஒரு நபரைப்போல நடந்து கொண்டிருந்தார். உணர்ச்சிரீதியான மன அழுத்தங்களுக்கு ஆளான பலரும் இதேபோன்ற அனுபவங்களை அனுபவித்திருக்கலாம். உணர்ச்சிகள் மதிப்பீடுகளைத் திரிக்கின்றன.

எதிர்மறை உணர்ச்சிகளின் மூலகாரணங்கள்

மக்கள் தங்களிடம் எதிர்மறை உணர்ச்சிகளை உருவாக்கிக் கொள்வதற்கும், அவற்றை உடும்புபோலப் பிடித்துத் தொங்கிக் கொண்டிருப்பதற்கும் ஐந்து முக்கியக் காரணிகள் உள்ளன. உங்களுடைய உணர்ச்சிகள் எனும் சதுப்புநிலத்தின் ஆழமான பகுதிகளில் நீந்திக் கொண்டிருக்கின்ற மோசமான தவளைகள் இவை.

1. நியாயப்படுத்துதல்
2. தனிப்பட்ட முறையில் தொடர்புபடுத்துதல்
3. மிகையுணர்ச்சிப்பெருக்கு
4. எதிர்மறையான எடைபோடுதல்
5. காரணத்தை இட்டுக்கட்டுதல்

எதிர்மறை உணர்ச்சிகளிலிருந்து உங்களை விடுவித்துக் கொள்வதற்கு, அவை எங்கிருந்து வருகின்றன என்பதை நீங்கள் அடையாளம் காண வேண்டும். எதிர்மறை உணர்ச்சிகளைக் களைவதற்கு மட்டுமல்லாமல், அவை உங்களிடம் எழாமல் இருப்பதற்குக்கூட அவை உதவும்.

1. நியாயப்படுத்துதல்

இங்கு நீங்கள், உங்களுடைய எதிர்மறை உணர்ச்சிகளையும் உங்களுடைய கோபதாபங்களையும் நியாயப்படுத்துகிறீர்கள். எதிர்மறை உணர்ச்சிகளை அனுபவிப்பதற்கு உங்களுக்கு உரிமை இருக்கிறது என்று அதை நீங்கள் நியாயப்படுத்தினால் மட்டுமே அவற்றால் இருக்க முடியும்.

நீங்கள் ஓர் எதிர்மறையான சூழ்நிலையைப் பற்றி விவாதித்துக் கொண்டிருக்கின்றபோது, அதை நியாயப்படுத்துவதில் நீங்கள் உங்களை அறியாமலேயே இறங்கிவிடுவீர்கள். சில நேரங்களில், நீங்கள் தனியாக இருக்கின்றபோது, உங்களுக்கு முன் இல்லாத நபர்களிடம் உங்களுடைய பக்க நியாயத்தை எடுத்துரைக்கின்ற விதமாக உங்களுக்கு நீங்களே பேசிக் கொள்ளவும்கூடும். நியாயப்படுத்துதல் தொடர்பான முயற்சிகள் பல நேரங்களில் உங்களைத் தூங்கவிடாமல் பாடாய்ப் படுத்தும்.

உங்களைத் தொந்தரவு செய்து கொண்டிருக்கின்ற பிரச்சனையில் ஈடுபட்டுள்ள மற்றொரு நபர்தான் ஏதோ ஒரு வழியில் பிரச்சனைக்குக் காரணம் என்றும், நீங்கள் உத்தமர் என்றும் உங்களை நீங்களே நியாயப்படுத்திக் கொள்ள நீங்கள் எவ்வளவு அதிகமாக முயற்சிக்கிறீர்களோ, அவ்வளவு அதிகமாக நீங்கள் கோபமும் வருத்தமும் கொள்வீர்கள்.

நீங்கள் எதிர்கொண்டுள்ள சூழ்நிலை நியாயமற்றதாக இருக்கலாம், உங்களைக் காயப்படுத்தியிருக்கலாம். ஆனால் அந்த அனுபவத்தோடு ஓர் உணர்ச்சியைப் பிணைக்கக்கூடிய ஒரே நபர் நீங்கள்தான். ஒன்று, நீங்கள் அதைப் பிடித்துத் தொங்கிக் கொண்டிருப்பதைத்

தேர்ந்தெடுக்கலாம் அல்லது அதைக் கைவிட்டுவிடுவதைத் தேர்ந்தெடுக்கலாம்.

2. தனிப்பட்ட முறையில் தொடர்புபடுத்துதல்

எதிர்மறை உணர்ச்சிகளுக்குத் தீனி போடுகின்ற இரண்டாவது அம்சம், விஷயங்களைத் தனிப்பட்ட முறையில் தொடர்புபடுத்துதலாகும். விஷயங்களை நீங்கள் தனிப்பட்ட முறையில் எடுத்துக் கொள்கிறீர்கள் என்று இதற்கு அர்த்தம். நடந்த சம்பவத்தை, தனிப்பட்ட முறையில் உங்கள்மீது நடத்தப்பட்டத் தாக்குதலாக நீங்கள் எடுத்துக் கொள்கிறீர்கள்.

எதிர்மறையான சூழ்நிலை ஒன்றுடன் உங்களைத் தனிப்பட்ட முறையில் உங்களால் தொடர்புபடுத்த முடியாவிட்டால், அது குறித்த ஓர் எதிர்மறையான உணர்ச்சியை அல்லது நேர்மறையான உணர்ச்சியை உருவாக்கிக் கொள்வது உங்களுக்குக் கடினமாக இருக்கும். தொலைதூரத்திலுள்ள ஒரு நாட்டில் திடீரென்று ஏற்பட்ட ஒரு வெள்ளத்தில், குழந்தைகள் உட்பட ஆயிரம் பேர் அடித்துச் செல்லப்பட்டுவிட்டனர் என்ற செய்தியை நீங்கள் ஒரு செய்தித்தாளில் படிக்கின்றபோது, அது குறித்து உங்களுக்கு ஒரு பச்சாதாப உணர்வு ஏற்படலாம். ஆனால், அது குறித்துப் பெரிதாக அலட்டிக் கொள்ளாமல், உடனடியாக நீங்கள் அடுத்தப் பக்கச் செய்தியைப் படிப்பதற்குச் சென்றுவிடுவீர்கள். ஏனெனில், அதில் பலியானவர்களை உங்களுக்குத் தனிப்பட்ட முறையில் தெரியாது. அதாவது, அந்தத் துக்ககரமான சம்பவத்தோடு நீங்கள் உங்களை அடையாளப்படுத்திக் கொள்வதில்லை. அதன் விளைவாக, நீங்கள் எந்த எதிர்மறை உணர்ச்சியையும் அனுபவிப்பதில்லை.

அதற்காக, துன்பம் அடைந்துள்ள பிறர்மேல் உங்களால் பரிவு காட்ட முடியாது என்று அர்த்தமில்லை. ஆனால், அதில் நீங்கள் உணர்ச்சிபூர்வமாக ஈடுபாடு கொண்டிருக்க மாட்டீர்கள், அவ்வளவுதான். எடுத்துக்காட்டாக, உங்களுடைய சக ஊழியர் ஒருவர் தன்னுடைய சொந்தப் பிரச்சனை காரணமாகத்

தன்னுடைய வேலையைச் சரியாக செய்ய முடியாமல் தடுமாறிக் கொண்டிருந்தால், அவர்மீது உங்களுக்குப் பரிவு ஏற்படலாம். ஆனால், அதற்காக நீங்கள் அவருடைய வேலையை உங்கள் தலையில் போட்டுக் கொள்ள வேண்டியதில்லை. ஆரோக்கியமான உணர்ச்சிரீதியான எல்லைகள் வகுக்கப்பட வேண்டியது, குறிப்பாக வேலைச் சூழல்களில் வரையறுக்கப்பட வேண்டியது, இன்றியமையாதது. ஒருவருடைய உணர்ச்சிகளோடு உங்களை அடையாளப்படுத்திக் கொள்ளாமலேயே உங்களால் அவர்மீது பரிவு கொள்ள முடியும்.

3. மிகையுணர்ச்சிப்பெருக்கு

எதிர்மறை உணர்வுகளுக்குத் தீனி போடுகின்ற மூன்றாவது அம்சம், பிறர் உங்கள்மீது வெளிப்படுத்துகின்ற மனப்போக்குகள், அபிப்பிராயங்கள், உங்களைப் பற்றி அவர்கள் கொண்டிருக்கின்ற சிந்தனைகள் ஆகியவற்றின்மீது மிகையுணர்ச்சிப்பெருக்குக் கொண்டிருத்தலாகும். நாம் முன்பே பார்த்ததுபோல, அழிவுபூர்வமான விமர்சனங்களோடும் போதிய அன்பு காட்டப்படாமலும் வளர்க்கப்பட்டவர்கள், பிற்காலத்தில் தங்களுக்குள் ஆழமான தாழ்வு மனப்பான்மை உணர்வை வளர்த்துக் கொள்ளக்கூடும். பிறருடனான உறவாடல்களின்போது இது வெளிப்படக்கூடும்.

பீட்டர் உஸ்பென்ஸ்கி தன்னுடைய 'இன் சர்ச் ஆஃப் த மிராக்குலஸ்' என்ற நூலில், நீங்கள் பிறரால் நடத்தப்படுகின்ற விதம் குறித்து மிகையுணர்ச்சி கொண்டிருத்தலை 'அகவய அலசல்' என்று அழைக்கிறார். பிறர் உங்களைப் பற்றி எதிர்மறையாக நினைத்துக் கொண்டிருக்கின்றனர் என்று நீங்களாகவே நினைத்துக் கொண்டிருப்பதுகூட உங்களுக்கு வருத்தம் ஏற்படுத்தக்கூடும்.

மற்றொரு நபரிடமிருந்து உங்களுக்குக் கிடைக்கின்ற ஒற்றைப் பாராட்டால் உங்களைத் துள்ளிக் குதிக்க வைக்க முடியும். மறுபுறம், ஓர் ஒற்றை எதிர்மறை ஓரப்பார்வையால்கூட உங்களை நசுக்கிவிட முடியும். உண்மையிலேயே மிகையுணர்ச்சிப்பெருக்கோடு இருக்கின்ற

நபர்கள், அவமதிப்பையும் அங்கீகார மறுப்பையும் பார்க்கின்றனர் – அவை இல்லாதபோதுகூட! அது இன்னும் தீவிரமடைகின்றபோது, பிறருடைய அங்கீகாரம் இல்லாமல் எந்தவொரு தீர்மானத்தையும் எடுக்க முடியாத நிலையை அவர்கள் அடைந்துவிடுகின்றனர்.

4. எதிர்மறையான எடைபோடுதல்

எதிர்மறை உணர்ச்சிகளுக்குத் தீனி போடுகின்ற நான்காவது அம்சம்தான் பிறரைப் பற்றி எதிர்மறையாக எடைபோடுகின்ற மனப்போக்காகும். நீங்கள் பிறரை உங்களுக்குச் சாதகமற்ற ஒருவராகக் கணிக்கின்றபோது, அவர்களிடம் ஏதாவது ஒரு குற்றம் அல்லது குறையைப் பெரும்பாலும் நீங்கள் கண்டுபிடிப்பீர்கள். அவர்களைக் குறித்து நீங்கள் கொண்டிருக்கின்ற எதிர்மறை உணர்வுகள், கோபம், மனக்கசப்பு போன்றவற்றை அது நியாயப்படுத்துகிறது.

பிறரை நீங்கள் எதிர்மறையாக எடைபோடுகின்றபோது, நீங்கள் எதிர்மறைகளையும் மகிழ்ச்சியின்மையையும் உங்கள்மீதே வாரிப் போட்டுக் கொள்கிறீர்கள். நீங்கள் எதைக் கொண்டு பிறரை அளக்கிறீர்களோ, அதைக் கொண்டே அவர்களும் உங்களை அளப்பர். நீங்கள் ஒருவரை எடைபோடுகின்றபோது, உங்களை உயர்ந்த இடத்திலும், எடைபோடப்படுபவர்களை உங்களைவிடத் தாழ்வான இடத்திலும் நீங்கள் வைக்கிறீர்கள். அதுவே அந்த நபரிடமிருந்து எதிர்மறையான எதிர்வினையை உண்டுபண்ணிவிடக்கூடும்.

நீங்கள் ஒருவரை எந்தவிதத்திலும் எடைபோடாமல் இருக்கின்றபோது, அந்த நபர்மீது உங்களால் கோபப்பட முடியாது. மற்றொரு நபர் தன்னுடைய சொல்லாலோ அல்லது நடத்தையாலோ உங்களைக் காயப்படுத்தியுள்ளார் என்று நீங்கள் உங்கள் பக்கம் ஒரு நியாயத்தை உருவாக்கிக் கொண்டால்தான் உங்களால் அவர்மீது கோபப்பட முடியும்.

உங்கள் வாழ்க்கையிலிருந்து எதிர்மறையான எடைபோடுதல்களை முற்றிலுமாக நீக்கிக் கொள்ள விரும்பினால், இப்போதிருந்து எவரையும்

எக்காரணத்திற்காகவும் எடைபோடப் போவதில்லை என்று உங்களுக்கு நீங்களே உறுதிமொழி எடுத்துக் கொள்ளுங்கள். அதைச் செய்வது, குறிப்பாகத் துவக்கத்தில், அவ்வளவு எளிதாக இருக்காது. ஆனால், அதைப் பயிற்சி செய்யச் செய்ய, அதில் நீங்கள் கைதேர்ந்தவராக ஆகிவிடுவீர்கள். தங்களுடைய சொந்த வழியில் சிந்திப்பதற்கும் வாழ்வதற்குமான உரிமை அனைத்து மக்களுக்கும் இருக்கிறது என்பதை உங்களுக்கு நீங்களே நினைவுபடுத்திக் கொண்டே இருங்கள்.

இப்போது இதைச் செய்யுங்கள்

பெரும்பாலான நேரங்களில், நம்மிடம் நமக்குப் பிடிக்காமல் இருக்கின்ற அம்சங்களை நாம் பிறரிடம் காண்கின்றபோது, நாம் அவர்களை எதிர்மறையாக எடைபோடுகிறோம். அவர்களிடம் நாம் பொறாமைப்படுகின்ற ஏதோ ஒன்று இருப்பதைக் காண்கின்றபோதும் நாம் அவர்களை எதிர்மறையாக எடைபோடுகிறோம். அடுத்த முறை, ஒருவரை எடைபோடுகின்ற தூண்டுதல் உங்களிடம் எழுகின்றபோது, அதற்குப் பின்னாலுள்ள காரணம் எது என்று அலசுங்கள். அவரிடம் நீங்கள் காண்கின்ற, உங்களுக்குப் பிடிக்காத அம்சம் உங்களிடமும் இருக்கிறதா? அல்லது, நீங்கள் ஏங்கிக் கொண்டிருக்கின்ற ஒரு வாழ்க்கைமுறை அல்லது பண்புநலன் அவரிடம் இருக்கிறதா?

பற்றற்று இருத்தல்

எடைபோடுதலுக்கு நேரெதிரானது பற்றற்று இருத்தல். ஒரு நபர் அல்லது சூழ்நிலை குறித்து நடுநிலைமையோடு இருத்தல் அது. அப்போது நீங்கள் அந்த நபரோடு அல்லது சூழ்நிலையோடு உணர்ச்சிரீதியாகத் தொடர்பு கொண்டிருக்க மாட்டீர்கள். அந்த நபரிடமிருந்து விலகியிருந்து கொண்டு, அவர் எப்படி இருக்கிறாரோ அப்படியே இருக்க நீங்கள் அனுமதிப்பீர்கள். பெரும்பாலான நேரங்களில் அந்த நபருடைய செயல்நடவடிக்கைகள் நீங்கள் அக்கறை செலுத்த

வேண்டியவையாக இருக்க மாட்டா.

நீங்கள் பிறரை எடைபோடுகின்றபோது, அதில் உங்களை உணர்ச்சிபூர்வமாக ஈடுபடுத்திக் கொள்கிறீர்கள். உணர்ச்சிபூர்வமான ஈடுபாடுகள் மதிப்பீடுகளைத் திரிக்கின்றன. நீங்கள் எவ்வளவு அதிக எதிர்மறையாக எடைபோடுகிறீர்களோ, அவ்வளவு அதிகமாகக் கோப உணர்ச்சியால் நீங்கள் ஆட்கொள்ளப்படுகிறீர்கள், அவ்வளவு அதிக எதிர்மறையாளராக ஆகிறீர்கள். மக்கள் பிறரை எடைபோடுவதற்குக் காரணம், பிறருடைய நடத்தையைக் கட்டுப்படுத்த அவர்கள் விரும்புவதுதான். தங்களுக்குப் பிடித்த விதத்தில் தங்களுடைய வாழ்க்கையை வாழ்வதற்கு ஒருவருக்கு எல்லா உரிமைகளும் இருக்கின்றன – அது பிறரை எதிர்மறையாகப் பாதிக்காதவரை! இந்த உண்மையை நீங்கள் கணக்கில் எடுத்துக் கொள்ள வேண்டும். வாழுங்கள், பிறரையும் வாழவிடுங்கள்.

உங்களுடைய குடும்பத்தின் முக்கியமான நபர் எப்போதும் பிறரை விமர்சித்துக் கொண்டும், அவர்களைப் பற்றிக் குறை கூறிக் கொண்டும் இருக்கின்ற ஒரு குடும்பச் சூழலில் நீங்கள் வளர்ந்து வந்தால், பிறரை எடைபோடுதலும் பிறரைக் குறை கூறுதலும் இயல்பான நடத்தை என்றொரு தவறான கருத்தை நீங்கள் கொண்டிருக்கக்கூடும். உங்களுடைய கருத்தோடு ஒத்துப் போகாத ஒரு கருத்தை ஒருவர் கூறுகின்றபோது, நீங்கள் அது குறித்துப் பற்றற்று இருக்க வேண்டும் என்ற யோசனைகூட உங்களுக்கு விநோதமாகத் தெரியக்கூடும்.

உங்களிடம் ஓர் அற்புதமான மனம் இருக்கிறது. ஆனால், அது இருமுனைகளும் கூராக இருக்கின்ற ஒரு வாளைப் போன்றது. நீங்கள் அதை உங்களை மகிழ்ச்சிப்படுத்துவதற்கும் பயன்படுத்திக் கொள்ளலாம், உங்களைக் கோபப்படுத்துவதற்கும் பயன்படுத்திக் கொள்ளலாம். ஆனால், உங்களைச் சுற்றி என்ன நடந்து கொண்டிருந்தாலும் சரி, உங்களுக்கே ஒரு விஷயம் நடந்து கொண்டிருந்தாலும் சரி, உங்களை அமைதியாகவும் கட்டுப்பாட்டுடனும் வைத்துக் கொள்வதற்கு உங்களுடைய அறிவாற்றலைப் பயன்படுத்துவதுதான் உங்களுடைய இலக்காக இருக்க வேண்டும்.

மக்கள் மோசமாக நடந்து கொண்டால்கூட, அவர்களை எடைபோடுகின்ற காரியத்தில் இறங்காதீர்கள். தேவையற்ற, எதிர்மறையான விஷயங்களை அவர்கள் கூறினாலோ, அல்லது அப்படிப்பட்டக் காரியங்களில் ஈடுபட்டாலோகூட, நீங்கள் அதில் உங்களை ஈடுபடுத்திக் கொள்ளாமல் விலகியிருந்து, பாரபட்சமின்றி அவர்களைக் கவனியுங்கள்.

இப்போது இதைச் செய்யுங்கள்

அடுத்த இருபத்து நான்கு மணி நேரத்திற்கு எவரையும் எக்காரணத்திற்காகவும் எடைபோடுவதில்லை என்று ஓர் உறுதிமொழி எடுத்துக் கொள்ளுங்கள். நடுநிலையோடு இருங்கள். பிறரை எடைபோடுகின்ற பழக்கம் நம்மிடம் பல காலம் தொடர்ந்து இருந்து வருவதால், பற்றற்று இருப்பது எவ்வளவு கடினமான காரியம் என்பதை நீங்கள் உணர்வீர்கள்.

பிறர்மீது பச்சாதாபம் கொள்ளுங்கள்

பிறரை எடைபோடுவதை நிறுத்திக் கொள்வதற்கு ஒரு சிறந்த வழி அவர்கள்மீது பச்சாதாபம் காட்டுவதாகும். ஒருவர்மீது பச்சாதாபம் கொண்டிருக்கின்ற அதே வேளையில், அவர்மீது எதிர்மறையான உணர்வுகளையும் கொண்டிருத்தல் இயலாத காரியம். அந்த நபரை மன்னித்துவிட்டு, அவரை ஆசீர்வதித்துவிட்டு, அவரை உங்களிடமிருந்து முற்றிலுமாகக் கழற்றிவிட்டுவிடுவது இன்னும் சிறப்பானது. சூழ்நிலைக்கு மேலாக நீங்கள் எழுந்து நிற்க வேண்டும். பிறருடைய நடத்தை உங்களை எவ்விதத்திலும் பாதிக்க நீங்கள் ஒருபோதும் அனுமதிக்கக்கூடாது.

நீங்கள் ஒரு கடினமான நபரைக் கையாள்கின்றபோது, எரிச்சலும் கோபமும் அடைந்து இரகளையில் ஈடுபட்டுள்ள ஒரு குழந்தையைக் கையாள்வதுபோல அவரை நடத்துங்கள். நீங்கள் குழந்தைகள்மீது கோபமடைவது கிடையாது, அப்படித்தானே? சில நேரங்களில், சில சூழல்களில் குழந்தைகள் அப்படித்தான்

நடந்து கொள்வர் என்று அவர்களுடைய நடத்தையை நீங்கள் ஏற்றுக் கொள்வீர்கள். அதேபோல, நீங்களும் எரிச்சலும் கோபமும் அடைந்த ஏதோ ஒரு கணத்தை நீங்கள் நினைவுபடுத்திக் கொள்ளலாம். நாம் எல்லோருமே அப்படிப்பட்டக் கணங்களை அனுபவித்திருப்போம்.

அத்தகைய ஒரு சூழலில் நீங்கள் இருந்தால், நீங்களும் இப்படித்தான் நடந்து கொள்வீர்கள் என்று உங்களுக்கு நீங்களே நினைவுபடுத்திக் கொள்வது, பிறரை எடைபோடுவதைத் தவிர்ப்பதற்கான மற்றொரு வழி. எப்படி நீங்கள் உங்களுக்கு விருப்பப்பட்ட விதத்தில் வாழ்வதற்கு மற்றவர்கள் அனுமதிக்க வேண்டும் என்று எதிர்பார்க்கிறீர்களோ, அதுபோலவே நீங்களும், மற்றவர்கள் தங்களுக்குப் பிடித்தமான விதங்களில் வாழ்வதற்கு அனுமதிக்க வேண்டும்.

'செடோனா முறை'யைக் கடைபிடியுங்கள்

ஹேல் டுவோஸ்கின் என்பவரால் உருவாக்கப்பட்ட ஒன்றுதான் 'செடோனா முறை'. உங்கள் வாழ்க்கையில் உணர்ச்சிரீதியான கட்டுப்பாட்டை மீண்டும் கைவசப்படுத்துவதற்கான ஒரு வழிமுறை இது. இந்த முறையில், இன்னும் நீங்கள் கோபமாக இருக்கின்ற, உங்களுடைய கடந்தகாலத்தில் இடம் பெற்ற நபர்களை நீங்கள் அடையாளம் காண வேண்டும். அதோடு, அது எந்தச் சூழ்நிலையில் நடைபெற்றதோ அதையும் நீங்கள் நினைவுகூர வேண்டும்.

அதற்குப் பிறகு நீங்கள் உங்களிடமே இரண்டு கேள்விகளைக் கேட்டு அவற்றுக்குப் பதிலளிக்கவும் வேண்டும். "அந்தச் சூழ்நிலையோடு தொடர்பு கொண்டிருந்த எதிர்மறை உணர்விலிருந்து நான் விடுபட விரும்புகிறேனா?" என்பது முதல் கேள்வி. இதற்கு உங்களுடைய பதில் 'ஆமாம்' என்று இருந்தால், நீங்கள் உங்களிடம், "அதை நான் முற்றிலுமாக விட்டொழிக்க விரும்புகிறேனா?" என்ற இரண்டாவது கேள்வியையும் கேட்க வேண்டும்.

கடந்தகாலத்தில் தங்களுக்கு நிகழ்ந்த எதிர்மறையான அனுபவத்தைக் கைவிட எண்ணற்ற மக்கள் தயாராக

இல்லை என்பது உங்களுக்கு வியப்பளிக்கின்ற செய்தியாக இருக்கலாம். அந்த அனுபவத்தைத் தாங்கள் தங்களுடைய நேரத்தையும் பணத்தையும் தனிப்பட்டத் துன்பத்தையும் கொடுத்துச் சம்பாதித்திருந்ததாக அவர்கள் நம்புவதுதான் அதற்குக் காரணம். தங்களுடைய வலிகளுக்குத் தாங்கள் தகுதியானவர்கள் என்று அவர்கள் நினைக்கின்றனர். அதற்கு முழுக்குப் போட அவர்கள் இதயபூர்வமாகத் தயாராக இல்லை.

முற்றிலுமாக விட்டொழியுங்கள்

செடோனா முறையைக் கற்றுக் கொடுக்கின்ற பயிற்றுவிப்பாளர்கள் பகிர்ந்து கொள்கின்ற ஓர் எடுத்துக்காட்டு இது. உங்கள் கையில் ஒரு பென்சிலை இறுக்கமாகப் பிடித்துக் கொள்ளுங்கள். அதை மேலும் இறுக்கமாக அழுத்துங்கள். உங்களால் முடிந்த அளவு கடினமாக அழுத்துங்கள்.

அடுத்து உங்களுடைய உள்ளங்கையை நிலத்தைப் பார்த்தபடி வைத்துக் கொண்டு, நீங்கள் உங்கள் கைகளில் பிடித்திருக்கும் அந்தப் பென்சிலை அழுத்துங்கள். உங்களிடம் ஒரு கேள்வி: “உங்கள் கையில் இருக்கின்ற பென்சிலை எது பிடித்து வைத்திருக்கிறது?”

இதற்கான பதில் வெளிப்படையானது. “நீங்கள்தான்!” அது. அதை அழுத்திப் பிடித்துக் கொண்டிருப்பது நீங்கள்தான்.

இப்போது உங்களிடம் மற்றொரு கேள்வி: “இந்தப் பென்சிலை எப்படி விட்டொழிப்பது?” இதற்கான பதில் நேரடியானது: வெறுமனே நீங்கள் உங்களுடைய விரல்களை விரித்தால் போதும். அது தானாகவே கீழே விழுந்துவிடும்.

உங்களுடைய வாழ்க்கையிலிருந்து ஓர் எதிர்மறை நிகழ்வை ஒழித்துக்கட்டுவது எவ்வளவு எளிது என்பதை இந்த எடுத்துக்காட்டு எடுத்துரைக்கிறது. பென்சிலைப் பொறுத்தவரை, நீங்கள் உங்கள் விரல்களை விரித்துப் பென்சில் உங்களைவிட்டுச் சென்றுவிட அனுமதிக்கிறீர்கள். ஓர் எதிர்மறை அனுபவத்தைப் பொறுத்தவரை, நீங்கள் உங்கள் இதயத்தைத் திறப்பதன் மூலம் அதை உங்களால்

செய்ய முடியும்.

வேறு எவரும் உங்களை நேர்மறையாகவோ அல்லது எதிர்மறையாகவோ உணரச் செய்வதில்லை என்பதை நீங்கள் நினைவில் வைத்திருக்க வேண்டும். உங்களை வேறு எவரும் சீற்றமடையச் செய்வதில்லை. உங்களுடைய வாழ்க்கையில் நிகழ்ந்துள்ள எந்தவொரு நிகழ்வுக்கும் உங்கள்மீது எந்தவிதமான கட்டுப்பாடும் கிடையாது. உங்களுடைய அனுமதியில்லாமல், உங்களுடைய கடந்தகால நிகழ்வுகளாலோ, சூழ்நிலைகளாலோ, அல்லது நபர்களாலோ உங்களுடைய உணர்ச்சிகளோடு விளையாட முடியாது. சேறும் சகதியுமாக இருக்கின்ற உங்களுடைய குட்டையில் இருக்கின்ற செத்தத் தவளைகள், செத்தத் தவளைகள்தாம். உங்களுடைய எண்ணங்கள் மற்றும் ஆற்றல்களின் மூலம் கடந்தகால எதிர்மறை உணர்ச்சிகளுக்கு நீங்கள் உயிரூட்டிக் கொண்டிருக்கிறீர்கள். அந்தத் தவளைகளை விட்டொழித்துவிட்டு, நீங்கள் உங்களுடைய வாழ்க்கையில் முன்னே செல்வதென்று உறுதி பூணுங்கள்.

பிறரிடம் பரிவு காட்டுகின்ற பழக்கத்தை வளர்த்துக் கொள்ளுங்கள்

பரிவு என்பது மிக அழகான ஓர் உணர்ச்சியாகும். மற்றொருவர் உணர்கின்ற அதே உணர்ச்சிகளை நீங்கள் உணர்வதுதான் பரிவு. அதன் மூலம் அந்த உணர்ச்சிகளை உங்களால் புரிந்து கொள்ள முடியும். அந்த நபர்மீதும் அவருடைய சூழ்நிலைமீதும் அனுதாபம் கொண்டிருத்தல் இது. அப்படி ஒரு நபரோடு நீங்கள் இதயக்கரம் நீட்டிக் கொண்டிருக்கின்றபோது, அந்த நபரைக் குறித்து எந்தவோர் எதிர்மறை உணர்ச்சியையும் உங்களால் உணர முடியாது.

பிறரை எடைபோடாமல் இருப்பதற்கும், கடந்தகாலத்தில் உங்களுக்கு மனக்காயம் ஏற்படுத்திய சம்பவங்களைக் கைவிடுவதற்கும் நீங்கள் உங்களுடைய மனத்தைப் பயன்படுத்துகின்றபோது, உங்களுடைய சிந்தனை முழுவதையும் நீங்கள் உங்களுடைய முழுக் கட்டுப்பாட்டில் எடுத்துக் கொள்கிறீர்கள்.

இப்போது இதைச் செய்யுங்கள்

இப்போதும் நீங்கள் கோபமாக இருக்கின்ற நபர்களின் பெயர்களை ஒரு காகிதத்தில் எழுதிக் கொள்ளுங்கள். உங்களிடம் எதிர்மறை உணர்ச்சிகளை ஏற்படுத்துவதற்கு அவர்கள் என்ன செய்தார்கள் என்று ஒவ்வொரு பெயருக்கும் முன்னால் குறித்துக் கொள்ளுங்கள். அதையடுத்து, நடந்த சம்பவங்களுக்கு அவர்கள் ஏன் பொறுப்பல்லர் என்பதற்கான காரணங்களை அந்தப் பெயர்களுக்கு நேரே எழுதிக் கொள்ளுங்கள். உங்களுடைய அவலட்சணமான தவளைகள் அந்தக் குட்டையைவிட்டு ஒரேயடியாக வெளியேறிவிடுவதற்கு அனுமதியுங்கள்.

அடுத்து, அந்தக் காகிதத்திற்கு நெருப்பு வைத்து அதைத் தீக்கிரையாக்குங்கள். ஒரு சடங்குபோல அதைச் செய்யுங்கள். அது முழுமையாகக் கருகிச் சாம்பலாகட்டும்.

5. காரணத்தை இட்டுக்கட்டுதல்

சமூகரீதியாக ஏற்றுக் கொள்ளப்படாத ஒரு செயலுக்கு, சமூகரீதியாக ஏற்றுக் கொள்ளப்படத்தக்க ஒரு காரணத்தை இட்டுக்கட்டி அளித்தல் இது.

தாங்கள் கூறியிருந்த ஒரு கூற்று அல்லது செய்திருந்த ஒரு காரியம், எவ்விதத்திலும் நியாயப்படுத்தப்பட முடியாத ஒன்று என்பதைப் பெரும்பாலான மக்களால் ஒப்புக் கொள்ள முடியாது. அதற்கு அவர்களுடைய தன்னம்பிக்கைக் குறைச்சல்தான் காரணம். மிகக் கொடூரமான குற்றவாளிகள்கூட, தங்களுடைய நிலைக்கு யாரோ ஒருவர் அல்லது ஏதோ ஒன்று அல்லது இச்சமூகம்தான் காரணம் என்று நம்புகின்றனர். அதாவது, அவர்கள் தங்களுக்காக ஒரு காரணத்தை இட்டுக்கட்டிக் கொள்கின்றனர்.

எதிர்மறை உணர்ச்சிகளின் வெளிப்பாடுதான் அனைத்து மகிழ்ச்சியின்மைக்கும் காரணம் என்று பீட்டர் உஸ்பென்ஸ்கி கூறுகிறார். எதிர்மறைச் சூழ்நிலைகளைப் பற்றி மீண்டும் மீண்டும் பேசிக் கொண்டிருப்பதும் அவற்றை அலசுவதும், எதிர்மறை உணர்ச்சிகள் ஜீவனுடன்

இருப்பதற்கும் அவை வளர்வதற்கும் காரணமாகின்றன. இந்தக் கண்ணோட்டத்தில் பார்த்தால், உங்களுடைய எதிர்மறை உணர்ச்சிகளை, ஒரு சிறு தீப்பொறியாகத் தொடங்கி விரைவில் கட்டுப்பாட்டை மீறிச் செல்கின்ற ஒரு காட்டுத்தீயோடு ஒப்பிடுவது பொருத்தமாக இருக்கும்.

ஆனால் அந்த நெருப்புத் துவங்குகின்றபோதே நீங்கள் அதை அணைத்துவிட்டால், அது ஒரு பெரிய தீயாக உருவாகாது, பரவவும் செய்யாது. அதேபோல, எதிர்மறை உணர்ச்சிகள் தோன்றியவுடன், முளையிலேயே அவற்றைக் கிள்ளி எறிந்துவிட்டால், அவற்றால் பெரிதாக வளர்ந்து பெரும் நாசத்தை விளைவிக்க முடியாது.

கோபம்: மைய எதிர்மறை உணர்ச்சி

உடனடியாகவோ அல்லது சிறிது காலம் பொறுத்தோ, அனைத்து எதிர்மறை உணர்ச்சிகளும் ஓரிடத்தில் வந்து நிற்கும். கோபம்தான் அது. கோபம்தான் உச்சகட்ட எதிர்மறை உணர்ச்சியாகும். பயம், சந்தேகம், பொறாமை, வயிற்றெரிச்சல், வெறுப்பு போன்ற அனைத்துவிதமான எதிர்மறை உணர்ச்சிகளும் இறுதியில் கோபமாகத்தான் உருமாறும். இந்தக் கோபம் உள்முகமாகவோ அல்லது புறவயமாகவோ திருப்பிவிடப்படும். உள்முகமாகத் திருப்பிவிடப்படுகின்றபோது, அது உங்களுக்கு உடல்ரீதியாகவும் உணர்ச்சிரீதியாகவும் கடும் பாதிப்பை ஏற்படுத்தும். புறவயமாகத் திருப்பிவிடப்படுகின்றபோது, பிறருடனான உங்களுடைய உறவுகளுக்கு அது உலை வைக்கும்.

மகிழ்ச்சியற்று இருக்கின்ற அனைத்து மக்களும் கோபமானவர்களே. மனச்சோர்வு என்பது உள்முகமாகத் திருப்பிவிடப்படுகின்ற கோபமாகும். ஒரு சூழ்நிலை குறித்து ஒருவர் கொண்டிருக்கின்ற உணர்ச்சிகளை வெளிப்படையாகவும் நேர்மையாகவும் வெளிப்படுத்த முடியாத நிலை இதை உருவாக்குகிறது. அது தன்னம்பிக்கையின்மை, விரக்தி போன்றவற்றையும் தூண்டும்.

ஆத்திரம் புறவயமாகத் திருப்பிவிடப்படுகின்ற

கோபமாகும். ஒருவர் செய்துள்ள அல்லது செய்யத் தவறிய விஷயத்திற்காக அவர்மீது ஏவப்படுகின்ற பேச்சுரீதியான அல்லது உடல்ரீதியான தாக்குதல் வடிவத்தை அது எடுக்கிறது.

தன்னை இழுத்துப் பிடித்து வைத்திருக்கின்ற எதிர்மறை உணர்ச்சிகளைத் தலைமுழுக ஒருவருக்கு உதவுவதுதான் உளவியல் ஆலோசனைகளின் நோக்கமாகும். ஒருவர் தன்னுடைய கோபத்தைப் புரிந்து கொள்ள முயற்சிக்கின்றபோது, கோபம் மனக்காயத்திலிருந்து உருவாகிறது என்பதை அவர் கண்டுகொள்கிறார். ஒருவர் கூறியிருந்த விஷயத்தாலோ அல்லது அவர் செய்திருந்த காரியத்தாலோ தாங்கள் மனக்காயம் அடைந்துள்ளோம் என்பதை மக்கள் உணர்கின்றபோது, அவர்களுடைய கோபத்தைத் துடிப்புடன் வைத்திருக்கின்ற உணர்ச்சிகளை வெளியேற்றுவது அவர்களுக்கு எளிதாகிவிடுகிறது.

கோபத்தின் ஆணிவேர்

தான் தாக்கப்படுகிறோம், காயப்படுத்தப்படுகிறோம் அல்லது பிறரால் வளைக்கப்படுகிறோம் என்ற உணர்வுதான் கோபத்திற்கான மூலகாரணமாகும். பொதுவாக, கோபம் தற்காப்பில் நிலை கொண்டுள்ள ஒன்று. பயமும் சரி, கோபமும் சரி, மூர்க்கமாக எதிர்த்துத் தாக்குதல், வேகமாகப் பின்வாங்கி ஓடுதல் ஆகிய இரண்டில் ஏதாவது ஒன்றைத் தூண்டுகின்ற உணர்ச்சிகளாகும். அப்போது, தாக்கிக் கொண்டிருக்கின்ற நபர் பின்வாங்கி ஓடிவிடுவார் அல்லது பதிலுக்கு மோதுவார்.

கோபத்தின் மோசமான அம்சம் என்னவென்றால், கோபம் அதிகரிக்க அதிகரிக்க, அது காட்டுத்தீயைப்போலக் கட்டுக்கடங்காமல் கூடிக் கொண்டே போகும். ஒருவர் எந்த அளவுக்குக் கோபமாக இருக்கிறாரோ, அந்த அளவுக்கு அவர் ஏற்படுத்தப் போகின்ற காயமும் அதிகமாக இருக்கும்.

வெகுவிரைவில், கோபம் கொள்ளுதல் என்பது ஒரு பழக்கமாக ஆகிவிடும். அப்போது, சிறிய நிகழ்வுகள்கூடப் பெரும் கோபச் சீற்றத்தைத் தூண்டிவிடும். அதனால் அந்த

நபர் தன்னுடைய வாழ்க்கையைக் கோபத்துடனேயே வாழ்ந்து கொண்டிருக்க நேரிடும். வெகுவிரைவில், தன்னுடைய கோப வெளிப்பாடுகள் இயல்பானவையே என்று அவர் நம்பத் துவங்கிவிடுகிறார்.

மக்கள் தங்களுடைய கோபத்தைத் தொடர்ந்து கொண்டிருப்பதற்குக் காரணம், தங்களுடைய மனக்காயத்தைப் பிறர் புரிந்து கொள்ள வேண்டும் என்றும், தங்களுடைய வலியை அவர்கள் அங்கீகரிக்க வேண்டும் என்றும் அவர்களுக்குள் இருக்கின்ற தேவைதான். தன்னைப் பாதித்த அல்லது வருத்தமடையச் செய்த ஒரு விஷயத்தைப் பற்றி ஒருவர் உங்களிடம் பேசிக் கொண்டிருந்தால், அவர்களிடம் நீங்கள், "நீங்கள் எப்படி உணர்கிறீர்கள் என்பது எனக்குப் புரிகிறது. உங்கள் நிலையில் நான் இருந்தால், நானும் அப்படித்தான் உணர்வேன்," என்று கூறுவதுதான் சரியான காரியமாக இருக்கும். ஒருவரிடம் பச்சாதாபம் காட்டுவதுதான் கோபத்துடன் இருக்கின்ற ஒருவரை அமைதிப்படுத்துவதற்கான விரைவான வழியாகும். தன்னுடைய வலியைப் பிறர் புரிந்து கொள்கின்றனர் என்ற உணர்வு ஏற்படுகின்றபோது, அவர் விரைவாகக் குணமாகிவிடுகிறார்.

பழிபோடுதல் - ஒரு மைய அம்சம்

கோபத்தின் மையத்தில் இருப்பது பழிபோடுதலாகும். எதிர்மறை உணர்ச்சிகளை உணர்வதற்கு, ஒருவர் செய்திருந்த அல்லது செய்யாமலிருந்த ஒரு காரியத்திற்கு நீங்கள் உங்கள்மீதோ அல்லது பிறர்மீதோ பழிபோடுவது இன்றியமையாதது.

இன்னும் சொல்லப் போனால், நீங்கள் கோபமாக இருக்கின்ற ஒரு சூழ்நிலைமீதோ அல்லது ஒரு நபர்மீதோ நீங்கள் பழிபோடாதவரை, உங்களால் அவர் அல்லது அச்சூழல் குறித்து எதிர்மறையான உணர்ச்சிகளை உணர முடியாது. பழிபோடுவதை நீங்கள் நிறுத்திய கணமே, ஒரு விளக்கின் சுவிட்சை அணைப்பதைப்போல எதிர்மறை உணர்ச்சிகளும் உடனடியாக மறைந்துவிடும்.

எதிர்மறை உணர்ச்சிகளுக்கு எதிரான நச்சுமுறி எளிமையான ஒன்று. அது சிறப்பாகச் செயல்படக்கூடிய ஒன்றும்கூட. பல ஆண்டுகளாக எதிர்மறையாகவும் கோபத்துடனும் மகிழ்ச்சியற்றும் இருந்தவர்கள், ஆற்றல்மிக்க ஒரே ஒரு தீர்மானத்தை எடுப்பதன் மூலம், உடனடியாகத் தங்களுடைய எதிர்மறை உணர்ச்சிகளை ஒழித்துக்கட்ட முடியும். பொறுப்புடைமைதான் அது.

மாயாஜாலமான மூன்று சொற்கள்

பொறுப்பேற்றுக் கொள்வது எப்படி? வெறுமனே, "நான்தான் இதற்குப் பொறுப்பு!" என்ற மூன்று வார்த்தைகளை நீங்கள் சொல்ல வேண்டும், அவ்வளவுதான்.

ஏதோ ஒரு காரணத்தினால் நீங்கள் கோபம் அடைந்திருந்தாலோ அல்லது மகிழ்ச்சியற்று இருந்தாலோ, நீங்கள் மீண்டும் மீண்டும், "நான்தான் இதற்குப் பொறுப்பு! நான்தான் இதற்குப் பொறுப்பு! நான்தான் இதற்குப் பொறுப்பு!" என்று, அந்த எதிர்மறை உணர்ச்சி மறைகின்றவரை கூறிக் கொண்டே இருப்பதன் மூலம் அதை ஒழித்துக் கட்டிவிடலாம். இது வியக்க வைக்கின்ற ஒரு கண்டுபிடிப்பு. இதை நடைமுறைப்படுத்துகின்ற நபர்களின் வாழ்க்கையை இது ஒட்டுமொத்தமாக மாற்றிவிடும்.

உங்களுடைய மனத்தால் ஒரு நேரத்தில் ஒரே ஒரு விஷயத்தை மட்டுமே வைத்திருக்க முடியும் என்பதை நாம் ஏற்கனவே பார்த்திருந்தோம். நம்முடைய மனத்தால், ஒன்று, கோபம், பழி சுமத்துதல் போன்ற எதிர்மறை உணர்ச்சிகளை வைத்திருக்க முடியும். அல்லது, பொறுப்புடைமையுடன்கூடிய நேர்மறை உணர்ச்சிகளை வைத்திருக்க முடியும். ஆனால், ஒரே நேரத்தில் இரண்டையும் அதனால் சுமக்க முடியாது. இவற்றில் எதைத் தேர்ந்தெடுப்பது என்பது உங்களைப் பொறுத்தது.

இந்த உலகில் உங்களால் கட்டுப்படுத்த முடிகின்ற ஒரே விஷயம், உங்களுடைய வெளிமனத்தின் உள்ளீடுகள் மட்டுமே. உங்களை மகிழ்ச்சியற்றவராக ஆக்குகின்ற

எதிர்மறை எண்ணங்களுக்குப் பதிலாக, “நான்தான் இதற்குப் பொறுப்பு!” என்ற நேர்மறை எண்ணத்தை உங்களால் உங்கள் மனத்தில் நிலைப்படுத்த முடிந்தால், வெகுவிரைவில், உங்களால் ஒரு நேர்மறையாளராக, ஒரு நன்னம்பிக்கையாளராக ஆகிவிட முடியும்.

நீங்கள்தான் பொறுப்பு

அனைத்து எதிர்மறை எண்ணங்களும் யார்மீதோ அல்லது எதன்மீதோ பழி சுமத்துதலை அடிப்படையாகக் கொண்டிருப்பதால், அதற்கான நச்சுமுறியும் எளிதானதுதான். பழி சுமத்துவதற்குப் பதிலாக, அச்சூழ்நிலைக்குப் பொறுப்பேற்றுக் கொள்ளுங்கள். நீங்கள் உங்களுடைய சூழ்நிலைக்கு முழுப் பொறுப்பு ஏற்றுக் கொள்கின்றபோது, எதிர்மறை உணர்ச்சிகள் உடனடியாக அப்படியே நின்றுவிடும். ஒரு விஷயத்திற்குப் பொறுப்பேற்றுக் கொண்டிருக்கின்ற அதே நேரத்தில், அது குறித்து உங்களால் கோபம் கொள்ளவோ அல்லது மகிழ்ச்சியற்று இருக்கவோ முடியாது. ஒரு சூழ்நிலைக்கு நீங்கள் பொறுப்பேற்றுக் கொள்கின்றபோது, அச்சூழ்நிலையோடு தொடர்புடைய அனைத்து எதிர்மறை உணர்ச்சிகளும் கரைந்துபோய்விடும், உங்களுடைய உணர்ச்சிகள் உங்களுடைய முழுக் கட்டுப்பாட்டிற்குள் வந்துவிடும்.

எடுத்துக்காட்டாக, கிறிஸ்டினாவிடம் ஆலோசனை பெறுவதற்காக ஒரு நபர் வந்தார். அவர் தன்னுடைய மேலதிகாரிகளிடமும் சக ஊழியர்களிடமும் கடும் கோபத்துடன் சண்டையிட்டக் காரணத்தால் பல வேலைகளை இழந்திருந்தார். பெரும்பாலான நேரங்களில் அவர் சாதாரணமாகத்தான் இருந்தார். அவரிடம் தன்னைக் குறித்து ஒரு பாதுகாப்பின்மை உணர்வு நிலவியதால், அவர் தன்னிடம் கொடுக்கப்பட்டத் திட்டங்கள் குறித்த மேலும் அதிகமான விளக்கங்களைக் கேட்டுப் பெற மாட்டார். அதிகரித்துக் கொண்டே செல்கின்ற அவருடைய விரக்தி ஒரு கட்டத்தில் வெடித்துவிடும். அவர் கிறிஸ்டினாவுடன் பேசிய பிறகு, தன்னுடைய வேலை இழப்புகளுக்குத்

தானே பொறுப்பேற்றுக் கொள்ள முன்வந்தார். அதோடு, அவருக்குத் தன் வேலையில் ஏதாவது அதிகமான விளக்கங்கள் தேவைப்பட்டபோது, அவற்றை உடனடியாகக் கேட்டுத் தெளிவுபடுத்திக் கொள்ளும்படியும் கிறிஸ்டினா அவருக்கு ஆலோசனை வழங்கினார். இவற்றை நடைமுறைப்படுத்தியதன் காரணமாக, கடந்த இரண்டு ஆண்டுகளாக அந்நபர் ஒரே வேலையில் நீடித்து வருகிறார்.

எதிர்மறை உணர்ச்சிகளை வெளிப்படுத்தாமல் இருப்பதற்கான காரணங்களைக் கண்டுபிடியுங்கள்

எதிர்மறை உணர்ச்சிகளை வெளிப்படுத்துவதன் மூலமாகத்தான் மகிழ்ச்சியின்மை உருவாகிறது. நீங்கள் எதிர்மறை உணர்ச்சிகளை உருவாக்கிக் கொள்ளாமல் இருந்தால், அவற்றைப் பற்றிப் பேசாமல் இருந்தால், அவற்றை மீண்டும் காட்சிகளாக உங்களுடைய மனத்தில் ஓட்டாமல் இருந்தால், உங்களால் எதிர்மறையாக உணர முடியாது.

இக்கணத்திலிருந்து, உங்கள் வாழ்க்கையில் நடந்திருந்த சம்பவங்கள் குறித்து, நீங்கள் ஏன் பயம், பொறாமை, வயிற்றெரிச்சல், வெறுப்பு, கோபம் போன்ற உணர்ச்சிகளைக் கொண்டிருக்க வேண்டும் என்று யோசிப்பதற்கு உங்களுடைய அறிவாற்றலைப் பயன்படுத்துவதற்குப் பதிலாக, எதிர்மறை உணர்வுகள், நியாயப்படுத்தல்கள், எடைபோடுதல்கள் போன்றவற்றை வெளிப்படுத்தாமல் இருப்பதற்கான காரணங்களைக் கண்டுபிடிப்பதற்கு உங்கள் அறிவைப் பயன்படுத்த உறுதி பூணுங்கள்.

இந்த இடத்தில், "அது சாத்தியமே இல்லை, மற்றவர்கள் எனக்குச் செய்துள்ள பயங்கரமான காரியங்களால் நான் பெரிதும் பாதிக்கப்பட்டுள்ளபோது, என்னால் எப்படி அதற்குப் பொறுப்பேற்றுக் கொள்ள முடியும்?" என்று உங்களில் பலர் கேட்கலாம்.

உங்களால் உங்களுடைய எதிர்வினையாற்றலைக் கட்டுப்படுத்திக் கொள்ள முடியும்

யாரோ ஒருவர் உங்களைக் கொள்ளையடித்திருக்கலாம், ஏமாற்றியிருக்கலாம், உங்களிடம் அண்டப்புளுகு புளுகியிருக்கலாம், உங்களுக்கு நம்பிக்கைத் துரோகம் இழைத்திருக்கலாம் அல்லது வேறு ஏதோ ஒரு வழியில் உங்கள் மனத்தைக் காயப்படுத்தியிருக்கலாம். நீங்கள் உங்களுடைய காரை நிறுத்தியிருந்த இடத்திற்கு வந்து பார்க்கின்றபோது, யாரோ அதில் மோதி, அதற்குச் சேதம் ஏற்படுத்திவிட்டுச் சென்றிருக்கலாம். இது போன்ற சூழ்நிலைகளில் தவறு உங்கள் மேல் இல்லை. அதற்கு உங்களைப் பழிகூற முடியாதுதான்.

நடந்து முடிந்த சம்பவத்திற்கு நீங்கள் பொறுப்பாக இல்லாமலிருக்கலாம். ஆனால், அதற்குப் பிறகு நீங்கள் எப்படி நடந்து கொள்கிறீர்கள் என்பது உங்கள் கைகளில்தான் இருக்கிறது. எந்தவொரு விஷயத்திற்கும் எதிர்வினையாற்றுதல் என்பது முழுக்க முழுக்க உங்களுடைய கட்டுப்பாட்டில்தான் இருக்கிறது. அது முற்றிலும் உங்களுடைய தனிப்பட்ட விருப்பத்தேர்வு தொடர்பானது. எந்தவொரு விஷயமும் உங்களைக் கோபப்படுத்துவதோ அல்லது வருத்தப்படுத்துவதோ கிடையாது. மகிழ்ச்சியற்ற ஓர் அனுபவத்திற்கு எப்படி எதிர்வினையாற்ற வேண்டும் என்ற உங்களுடைய தேர்ந்தெடுப்பின் மூலம் உங்களை நீங்களே கோபப்படுத்திக் கொள்கிறீர்கள் அல்லது வருத்தப்படுத்திக் கொள்கிறீர்கள்.

செயல்திறனுடன் செயல்படுகின்ற மகிழ்ச்சியான மனிதர்கள், தங்களைச் சுற்றி என்ன நடந்தாலும் அதைப் பற்றி அலட்டிக் கொள்ளாமல் அமைதியாக இருப்பதற்குத் தங்களுடைய மன உறுதியையும் சுயகட்டுப்பாட்டையும் பயன்படுத்திக் கொள்கின்றனர்.

உணர்ச்சிகள் மதிப்பீடுகளைத் திரிக்கின்றன என்பதை நாம் ஏற்கனவே பார்த்தோம். நடந்து முடிந்த ஒரு காரியத்திற்காக நீங்கள் கோபம் கொண்டு யாரோ ஒருவர்மீது பழி சுமத்துகின்ற கணத்திலிருந்து, தெளிவாகச் சிந்திக்கின்ற ஆற்றலையும், அறிவாற்றலுடன் சிந்திக்கின்ற

சக்தியையும் நீங்கள் இழக்கிறீர்கள். நீங்கள் உங்களுடைய உணர்ச்சிகளின் அடிமையாக ஆகிவிடுகிறீர்கள். அதன் விளைவாக, பின்னர் ஒரு நாள் பின்வருத்தம் கொள்கின்ற காரியங்களை நீங்கள் செய்துவிடக்கூடும் அல்லது கூறிவிடக்கூடும்.

தலைமுழுகுங்கள்

மக்கள் ஒருவருடன் கொண்டிருக்கின்ற உறவு அறுந்து போகின்றபோது, சில சமயங்களில் அந்நபர்மீது பல ஆண்டுகளாகக் கோபம் கொண்டிருக்கக்கூடும். ஆனால், "நான்தான் இதற்குப் பொறுப்பு!" என்று நீங்கள் கூறுகின்றபோது, நடந்து முடிந்துவிட்ட சம்பவத்திற்கு நீங்கள் எப்படி ஓரளவுக்காவது காரணமாக இருந்தீர்கள் என்பதை நோக்குகின்றபோது, அந்த உறவு மோசமாக ஆனதற்குக் காரணமான பல தீர்மானங்களை நீங்கள் எடுத்திருந்தீர்கள் என்பதை நீங்கள் அறிந்து கொள்வீர்கள். அந்த மற்றவருடைய நடவடிக்கைகளுக்கு நீங்கள் பொறுப்புக் கிடையாது. ஆனால், அந்த உறவின் தொடக்கத்திலிருந்து இறுதிவரை நீங்கள் செய்திருந்த காரியங்கள், பேசியிருந்த பேச்சுகள் ஆகியவற்றுக்கு நீங்கள்தான் பொறுப்பு. ஏனெனில், நீங்கள் ஓர் ஓரமாக நின்று கொண்டு வெறுமனே வேடிக்கை பார்த்துக் கொண்டிருக்கவில்லை.

நீங்கள் மேற்கொள்ளும் ஒரு வேலை சரியாக நடைபெறாதிருக்கின்றபோது அல்லது உங்களுடைய வணிகம் தொடர்பான ஓர் ஒப்பந்தம் சரியாக நிறைவேறாதபோது, அது குறித்து நீங்கள் வருத்தம் அடையலாம். ஆனாலும் அவற்றுக்கு நீங்கள்தான் பொறுப்பு. ஒரு துப்பாக்கியைக் காட்டி மிரட்டி உங்களை எவரும் அதில் வலுக்கட்டாயமாக ஈடுபடுத்தவில்லை. நீங்கள் சேகரித்திருந்த தகவல்களின் அடிப்படையில் நீங்கள் அதில் இறங்கியிருந்தீர்கள். துரதிர்ஷ்டவசமாக, அது நீங்கள் எதிர்பார்த்திருந்ததைப்போல நடந்தேறவில்லை. அடுத்த முறை நீங்கள் கண்டிப்பாக இதைவிட அதிகப் புத்திசாலித்தனமாகச் செயல்படுவீர்கள். ஆனால், இப்போதைக்கு நீங்கள்தான் அதற்குப் பொறுப்பு.

இரண்டு நெருப்புகள்

நீங்கள் செய்கின்ற எல்லாம், ஒன்று, ஏதோ ஒரு நேர்மறை உணர்ச்சியாலோ அல்லது எதிர்மறை உணர்ச்சியாலோ தீர்மானிக்கப்படுகிறது. நீங்கள் எந்த உணர்ச்சியைப் பற்றிச் சிந்திக்கிறீர்களோ, எந்த உணர்ச்சியைப் பற்றிப் பேசுகிறீர்களோ, அது விரைவில் பெரிதாக வளர்ந்து உங்களுடைய ஒட்டுமொத்த வாழ்க்கையை ஆட்கொள்கிறது. உங்களுடைய மொத்தச் சிந்தனையும் அதைச் சுற்றியே அமைகிறது.

இரண்டு நெருப்புகள் இருப்பதாக நினைத்துக் கொள்ளுங்கள். ஒன்று, ஆசையெனும் நெருப்பு. மற்றொன்று, உங்களுடைய கடந்தகால அனுபவங்களின் அடிப்படையில் உருவாகியுள்ள எதிர்மறை உணர்ச்சிகள் எனும் நெருப்பு.

அந்த நெருப்பு தொடர்ந்து எரியத் தேவையான உணர்ச்சிரீதியான ஆற்றலெனும் விறகு உங்களிடம் இருக்கிறது. நீங்கள் அந்த விறகை அந்த இரண்டு நெருப்புகளில் ஏதாவது ஒன்றில் போடலாம். நீங்கள் உங்களிடமுள்ள அனைத்து விறகுகளையும் ஒரே ஒரு நெருப்பில் போட்டுவிட்டால், மற்ற நெருப்புக்கு என்னவாகும்?

இதற்கான பதில் கடினமானதல்ல. நீங்கள் உங்களுடைய உணர்ச்சிகள் அனைத்தையும் ஆசையெனும் நெருப்புக்குள் போட்டுவிட்டு, வாழ்க்கையில் நீங்கள் எதைப் பெற விரும்புகிறீர்களோ அதைப் பற்றியும் அதை எப்படிப் பெறுவது என்பதைப் பற்றியுமே எந்நேரமும் சிந்தித்துக் கொண்டும் பேசிக் கொண்டும் இருந்தால், எதிர்மறை உணர்ச்சிகள் எனும் நெருப்பு மெல்ல மெல்ல அணைந்து, இறுதியில் சாம்பலாகிவிடும். அனைத்து விதமான உணர்ச்சிரீதியான குணமாதல்களும் இப்படித்தான் நிகழ்கின்றன.

இப்போதிருந்து, ஏதாவது ஒன்று நீங்கள் நினைத்தபடி நடக்கவில்லை என்றால், உடனடியாக, “நான்தான் இதற்குப் பொறுப்பு!” என்று கூறுங்கள்; எதிர்மறை உணர்ச்சிகள் உங்களை அண்டாது.

இப்போது இதைச் செய்யுங்கள்

உங்களுடைய வாழ்க்கையில் நிகழ்ந்த மிக மோசமான எதிர்மறைச் சூழ்நிலை ஒன்றை நினைத்துக் கொள்ளுங்கள். அதை நினைத்தாலே உங்களுக்குக் கோபம் பற்றிக் கொண்டு வரும் அளவுக்கு அது மோசமான ஒன்றாக இருக்கட்டும். அதைப் பற்றி நினைத்துக் கொண்டு, “நான்தான் இதற்குப் பொறுப்பு!” என்று கூறி அந்த எதிர்மறை உணர்ச்சியை ஒழித்துக்கட்டுங்கள்.

பிறகு, அந்தச் சூழ்நிலைக்குள் நீங்கள் மாட்டிக் கொள்வதற்கு நீங்கள் செய்திருந்த அல்லது செய்யாமல் விட்டிருந்த காரியங்கள் என்னென்ன என்று யோசியுங்கள். அப்படி நீங்கள் சிந்திக்கின்றபோது, உங்களுடைய உணர்ச்சிகள் சாந்தமடையும், நீங்கள் அமைதியை உணர்வீர்கள். சில நேரங்களில், உங்கள் உதடுகளில் ஒரு புன்னகைகூட அரும்பக்கூடும்.

இப்பயிற்சியை முதன்முறை மேற்கொள்கின்றபோது அதற்குப் பெரும் துணிச்சலும் மன உறுதியும் தேவைப்படும். ஆனால், போகப் போக அது எளிதாகிவிடும்.

6

உங்களுடைய குட்டையின் நீரை மாற்றுங்கள்

"தங்களுடைய சூழலைவிட, தங்களுக்குள் இருந்த ஏதோ ஒன்று அதிக மேன்மையானது என்று நம்பத் துணிந்தவர்களால் மட்டுமே அற்புதமான விஷயங்கள் சாதிக்கப்பட்டுள்ளன."

- புரூஸ் பார்ட்டன்

உங்களுடைய வாழ்க்கையில் நீங்கள் விரும்புகின்ற அனைத்து வெற்றிகளையும் ஆனந்தத்தையும் பெறுவதற்கான அசாதாரணமான மன ஆற்றல் உங்களுக்குள் உறைந்திருக்கிறது. துரதிர்ஷ்டவசமாக, அதை நீங்கள் அரிதாகவே பயன்படுத்துகிறீர்கள். இன்று நீங்கள் எங்கு இருக்கிறீர்களோ, என்னவாக ஆகியிருக்கிறீர்களோ, அதற்கு நீங்கள் சிந்திக்கின்ற விதம்தான் காரணம். பெரும்பாலும் ஒருவருடைய சிந்தனை முறை ஒரு பழக்கமாக ஆகிவிடுகிறது. அதனால், நீங்கள் சிந்திக்கின்ற முறையை மாற்றிக் கொள்கின்றபோது, உங்களுடைய அகவாழ்வும் மாறுதல் அடைகிறது, புறவாழ்வும் மாறுதல் அடைகிறது.

பெரும்பாலான மக்களுடைய சிந்தனையையும் வாழ்க்கையையும் அனுபவங்களையும் ஒரு தேங்கிய குட்டையோடு ஒப்பிடுவது பொருத்தமாக இருக்கும். ஒரு குட்டையில் தேங்கி நிற்கின்ற நீர் ஒருபோதும் வெளியே

வழிந்து ஓடாது என்பதால், கண்ட கண்ட ஜந்துக்களும் பல்கிப் பெருகுவதற்கான ஓரிடமாக அது ஆகிவிடும். புதிய, ஆரோக்கியமான, நேர்மறையான யோசனைகளை உள்வாங்கிக் கொள்வதை நிறுத்திவிட்டு, பழைய எதிர்மறை எண்ணங்களையே எப்போதும் அசைபோட்டுக் கொண்டு இருப்பது பலருக்குச் சௌகரியமாக இருக்கிறது. இதன் மூலம் அவர்கள் தங்கள் வாழ்க்கையில் ஊக்கமிழக்கின்றனர்.

எண்ணங்கள், உணர்வுகள், மற்றும் மனப்போக்குகளை மாற்றுவது அவ்வளவு எளிதானது அல்ல. நீண்ட நாட்களாக உடற்பயிற்சி எதுவும் செய்யாமல் இருந்துவிட்டு, மீண்டும் அதைத் தொடங்கி, எப்படி உங்களால் உங்களுடைய உடற்கட்டை மேம்படுத்திக் கொள்ள முடியுமோ, அதுபோலவே, முயற்சி எடுக்கும் பட்சத்தில், உங்களால் மனரீதியாக மேம்பட்டு, ஒரு நேர்மறையாளராகவும் மகிழ்ச்சிமிக்கவராகவும் தன்னம்பிக்கை கொண்டவராகவும் ஆக முடியும். உங்களுடைய மனத்திற்கு, தெளிவான, மாசற்ற, நேர்மறையான எண்ணங்களை நீங்களாகவே முனைந்து அனுப்புவதன் மூலம், உங்களால் உங்களுடைய வாழ்க்கையை நீங்கள் விரும்புகின்ற விதத்தில் உருவாக்கிக் கொள்ள முடியும்.

எல்லாவற்றுக்கும் ஒரு காரணம்

உங்களுடைய வாழ்க்கையில் நிகழ்ந்துள்ள ஒவ்வொரு விளைவுக்கும் ஒரு குறிப்பிட்டக் காரணம் இருக்கிறது என்று 'காரணம் மற்றும் அதன் விளைவு' விதி கூறுகிறது. எதுவுமே தற்செயலாக நிகழ்வதில்லை. இன்றைய உங்களுடைய வாழ்க்கை, உங்களுடைய பழைய சிந்தனைகளின் கூட்டு விளைவே. அது வேறு எப்படியும் இருந்துவிட முடியாது.

"நீ எதை விதைக்கிறாயோ அதையே அறுவடை செய்வாய்," என்று பைபிள் கூறுகிறது. நீங்கள் நேற்று விதைத்ததை இன்று அறுவடை செய்கிறீர்கள். நாளைக்குப் புதிதாக வேறு ஒன்றை அறுவடை செய்ய நீங்கள் விரும்பினால், இன்று புதிய எண்ணங்களை

விதைக்க வேண்டும். உங்களுடைய புறவுலகம், எப்போதும், இக்கணத்தில் நீங்கள் எதைச் சிந்தித்துக் கொண்டிருக்கிறீர்களோ அதன் பிரதிபலிப்பாகத்தான் விளங்குகிறது. "குப்பையை உள்ளே தள்ளினால், அது குப்பையைத்தான் வெளியே துப்பும்," என்று கணினிகளைப் பற்றிப் பரவலான கூற்று ஒன்று உண்டு. அது மனத்திற்கும் பொருந்தும்.

அதிர்ஷ்டவசமாக, உங்களுடைய எண்ணங்களின்மீது உங்களுக்கு முழுக் கட்டுப்பாடு இருக்கிறது. அந்தக் கட்டுப்பாட்டைப் பிரயோகிப்பதன் மூலம் உங்களால் உங்களுடைய தவளைகளை இளவரசர்களாக மாற்றி, முற்றிலும் நேர்மறையான ஒரு நபராக ஆக முடியும்.

மூளையெனும் கணினியின் நிரலாக்கம்

உங்களுடைய மனம் ஒரு தலைசிறந்த கணினிக்கு ஒப்பானது. அற்புதமான விஷயங்களைச் சாதிப்பதற்கு உங்களால் அதைப் பயன்படுத்திக் கொள்ள முடியும். உங்கள் மனத்திடம் தொடர்ச்சியாக, நேர்மறையான, தூய்மையான எண்ணங்களை உள்ளீடு செய்வதன் மூலம், உங்களை ஒரு தன்னம்பிக்கையாளராகவும், எந்தச் சூழலிலும் கலங்காதவராகவும் ஆக்கிக் கொள்ள உங்களால் முடியும்.

"எண்ணங்கள்தாம் காரணங்கள்; சூழ்நிலைகள் அவற்றின் விளைவுகள்," என்று 'காரணம் மற்றும் அதன் விளைவு' விதி கூறுகிறது. அதனால்தான், பெரும்பான்மை நேரம் நீங்கள் எதைப் பற்றிச் சிந்தித்துக் கொண்டிருக்கிறீர்களோ, நீங்கள் அதுவாகவே ஆகிவிடுகிறீர்கள்.

பெரும்பாலான நேரம் நீங்கள் என்ன சிந்தித்துக் கொண்டிருக்கிறீர்கள்? ஒரு நேர்மறையான மனப்போக்குடனும் மகிழ்ச்சியாகவும் இருக்கின்ற நபர்கள், பெரும்பாலான நேரம், தங்களுக்கு என்ன வேண்டும் என்பதைப் பற்றியும், அதை எப்படி அடைவது என்பதைப் பற்றியுமே சிந்தித்துக் கொண்டிருக்கின்றனர்.

ஓர் எதிர்மறையான மனப்போக்குடனும் மகிழ்ச்சியற்றும் இருக்கின்ற நபர்கள், பெரும்பாலான நேரம், தங்களுக்கு என்ன வேண்டாம் என்பதைப் பற்றியும், தங்களுக்கு நிகழ்ந்துள்ள விஷயங்களுக்குப் பிறர்மீது எப்படிப் பழிபோடலாம் என்பதைப் பற்றியுமே சிந்தித்துக் கொண்டிருக்கின்றனர். உங்களுக்கு எது வேண்டும் என்பது குறித்துச் சிந்திப்பது மட்டுமே உங்களுடைய இலக்காக இருக்க வேண்டும்.

புதிய விதங்களில் சிந்திக்கின்ற பழக்கம்

நன்னம்பிக்கை மற்றும் தன்னம்பிக்கையோடுகூடிய மனப் பழக்கங்களை வளர்த்துக் கொள்வதற்கு மூன்று வழிகள் இருக்கின்றன. எதையும் நீங்கள் மீண்டும் மீண்டும் செய்கின்றபோது, இறுதியில் அது ஒரு பழக்கமாக உருவாகிவிடுகிறது. உங்களுக்கு உதவிகரமாகவும் பயனுள்ளதாகவும் இருக்கின்ற எதுவொன்றையும் உங்களால் ஒரு பழக்கமாக உருவாக்கிக் கொள்ள முடியும்.

முற்றிலும் புதியதொரு விதத்தில் சிந்திக்கின்ற பழக்கத்தை உருவாக்கிக் கொள்வது கடினமானதுதான் என்றாலும், அதை நீங்கள் படிப்படியாக உங்களுடைய மனத்திற்குள் புகுத்திவிட்டால், அது எளிதாகவிடும். "எளிமையானதாக ஆவதற்கு முன்பு எல்லாமே கடினமானதாகத்தான் இருந்துள்ளது," என்று கதே கூறியது இதனால்தான்.

அடுத்து, நன்னம்பிக்கை மற்றும் தன்னம்பிக்கையோடுகூடிய மனப் பழக்கங்களை வளர்த்துக் கொள்வதற்கான மூன்று வழிகளையும் ஒவ்வொன்றாகப் பார்க்கலாம்.

1. சுயபிரகடனங்கள்

பெரும்பான்மை நேரம் நீங்கள் எதைப் பற்றிச் சிந்திக்கிறீர்களோ, நீங்கள் அதுவாகவே ஆகிவிடுவதுபோல, நீங்கள் எதைப் பற்றிப் பேசுகிறீர்களோ, உங்களுக்கு நீங்களே என்ன கூறிக் கொள்கிறீர்களோ, நீங்கள் அதுவாகவே ஆகிவிடுகிறீர்கள். ஆனால் உங்களுடைய

மூளை எதிர்மறைச் சிந்தனைகளைச் சிந்திக்கும் விதமாகவே வடிவமைக்கப்பட்டுள்ளது. உங்களுக்கு என்ன வேண்டும், அதை எப்படிப் பெற வேண்டும் என்பது போன்ற நேர்மறைச் சிந்தனைகளைக் கொண்டு வலுக்கட்டாயமாக நீங்கள் உங்களுடைய மனத்தை நிரப்பாவிட்டால், அது எதிர்மறை எண்ணங்களால் நிரப்பப்பட்டுவிடும்.

நீங்கள் சுயபிரகடனங்களை மேற்கொள்கின்றபோது, உங்களுடைய ஆற்றல் எல்லையற்றதாகிறது. உங்களை ஊக்குவிக்கின்ற நேர்மறையான வார்த்தைகளை உங்களுக்கு நீங்களே மீண்டும் மீண்டும் கூறிக் கொள்கின்றபோது, விரைவில் அவற்றோடு ஐக்கியப்படுகின்ற விதங்களில் நீங்கள் சிந்திக்கத் துவங்குவீர்கள். உங்களுடைய நேர்மறையான மனப்போக்கு, எதிர்மறையான எண்ணங்களை அண்டவிடாது. மனரீதியான வலிமையான எதிர்ப்பு சக்தி ஒன்று உங்களுக்குள் உருவாகும்.

உங்களுடைய சுயபிரகடனங்கள் மூன்று அம்சங்களை உள்ளடக்கியிருப்பதை நீங்கள் உறுதி செய்து கொள்ள வேண்டும். முதலாவது, அது தனிப்பட்ட முறையில் இருக்க வேண்டும். இரண்டாவது, அதன் வாக்கிய அமைப்பு நிகழ்காலத்தில் இருக்க வேண்டும். மூன்றாவது, அது நேர்மறையானதாக இருக்க வேண்டும். சுயபிரகடனங்கள் தனிப்பட்ட முறையில் இருப்பது என்றால், உங்களுக்கு நீங்களே கூறிக் கொள்கின்ற சுயபிரகடனங்களில் ‘நான்’, ‘என்னால்’, ‘எனக்கு’ என்பவை போன்ற தன்னிலைச் சொற்கள் இடம் பெற்றிருக்க வேண்டும். “என்னால் அதைச் செய்ய முடியும்!”, “எனக்கு என்னைப் பிடித்திருக்கிறது!”, “நான் ஆண்டுக்கு இவ்வளவு ரூபாய் வருவாய் ஈட்டுகிறேன்!” போன்றவை இதற்கான எடுத்துக்காட்டுகள்.

சுயபிரகடனங்கள் நிகழ்காலத்தில் இருப்பது என்றால், அது தற்போதைய ஒரு எதார்த்தம்போலவும், ஏற்கனவே நிகழ்ந்துவிட்டதுபோலவும் ஒலிக்க வேண்டும். “நான் 2024 இல் இவ்வளவு ரூபாய் சம்பாதித்துக் கொண்டிருக்கிறேன்!” என்பது அதற்கான ஓர் எடுத்துக்காட்டு. இப்போது உங்களுடைய எடை கூடுதலாக இருந்தாலும், நீங்கள் அடைய விரும்புகின்ற எடையைப் பற்றிய சுயபிரகடனத்தை எழுதும்போது, “என்னுடைய எடை

இத்தனை கிலோ இருக்கிறது," என்று அது ஏற்கனவே நிஜமாகியிருப்பதுபோல எழுத வேண்டும். நிகழ்காலக் கட்டளைகளை மட்டுமே உங்களுடைய ஆழ்மனத்தால் ஏற்றுக் கொள்ள முடியும் என்பதால், இந்த வாக்கியங்கள் உங்களுடைய ஆழ்மனத்தால் உடனடியாக ஏற்றுக் கொள்ளப்பட்டுவிடும். அது உடனடியாகக் காரியத்தில் இறங்கி, இரவு பகல் பாராமல் இதை நனவாக்குவதில் மூழ்கிவிடும்.

சுயபிரகடனங்கள் நேர்மறையாக இருக்க வேண்டும் என்று கூறுவதற்குக் காரணம், உங்களுடைய ஆழ்மனத்தால் எதிர்மறையான கட்டளைகளை ஏற்றுக் கொள்ள முடியாது என்பதுதான். எடுத்துக்காட்டாக, "நான் புகைபிடிக்காதவன்," என்று எதிர்மறையாகக் கூறுவதற்குப் பதிலாக, "இப்போதெல்லாம் நான் புகைபிடிப்பதில்லை," என்று கூற வேண்டும். அதேபோல, "நான் கோபத்தில் வெடிப்பதில்லை," என்று கூறுவதற்குப் பதிலாக, "இப்போதெல்லாம் நான் அமைதியாகவும் அன்பாகவும் இருக்கிறேன்," என்று கூற வேண்டும்.

2. மனக்காட்சிப்படைப்பு

மனக்காட்சிப்படைப்பு என்பது ஓர் ஆற்றல்மிக்க உத்தியாகும். நீங்கள் எப்படிப்பட்ட ஒரு நபராக ஆக விரும்புகிறீர்கள், எந்த மாதிரியான விளைவுகளை உருவாக்க விரும்புகிறீர்கள் என்பது குறித்தத் தெளிவான காட்சிகளை நீங்கள் எவ்வளவு அதிகமாக உங்கள் மனத்திற்கு அனுப்புகிறீர்களோ, அவ்வளவு ஆழமாக உங்களுடைய கட்டளைகள் உங்கள் ஆழ்மனத்திற்குள் சென்று பதியும். அதற்கேற்ற விதத்தில் நீங்கள் சிந்திக்கவும் உணரவும் செயல்படவும் அது உங்களை உந்தித் தள்ளும்.

மனக்காட்சிப்படைப்பில் கீழ்க்கண்ட நான்கு அம்சங்கள் மிகவும் முக்கியமானவை:

1. **தெளிவுத்தன்மை:** உங்களுடைய இலக்குகள் எவ்வளவு விரைவாக அரங்கேறுகின்றன என்பதற்கும், அது குறித்த மனக்காட்சிகளை நீங்கள் எவ்வளவு தெளிவாக

உருவாக்கிக் கொள்கிறீர்கள் என்பதற்கும் ஒரு நேரடித் தொடர்பு இருக்கிறது. தெளிவான மனக்காட்சிகளை உருவாக்கிக் கொள்வது அல்லது நீங்கள் விரும்புகின்ற விஷயங்களின் காட்சிகளைப் பார்ப்பது அவற்றை ஆழ்மனத்தில் பதிய வைக்கின்றன. அதைத் தொடர்ந்து, உங்களுடைய ஆழ்மனம் அக்காட்சிகளை நனவாக்குவதற்குத் தேவையான வளங்களையும் மனிதர்களையும் உங்களை நோக்கிக் கவர்ந்திழுக்கத் தொடங்கும்.

2. **தீவிரத்தன்மை:** உங்களுடைய மனக்காட்சிப்படைப்பில் நீங்கள் எந்த அளவு உணர்ச்சிகளைச் சேர்க்கிறீர்களோ அந்த அளவுக்கு அதன் தாக்கம் உங்களுடைய எண்ணங்கள், உணர்வுகள் மற்றும் செயல்நடவடிக்கைகளின்மீது இருக்கும். உங்களுடைய மனக்காட்சிப்படைப்பு வெற்றிகரமாக உருவாவதற்கு ஏற்ற உணர்வுகளை நீங்கள் அதில் கலப்பதில்தான் இருக்கிறது சூட்சுமம். நீங்கள் மனக்காட்சிப்படுத்துகின்ற காட்சி நனவாகின்றபோது நீங்கள் எவ்வாறு உணர்வீர்களோ அதே உணர்வை நீங்கள் மனக்காட்சிப்படுத்துகின்றபோது அதில் குழைக்க வேண்டும்.

3. **நேர அளவு:** நீங்கள் மனக்காட்சிப்படைப்பில் ஈடுபடுகின்ற ஒவ்வொரு முறையும் அந்தக் காட்சியை எவ்வளவு அதிக நேரம் உங்களால் உங்களுடைய மனத்தில் நிறுத்திக் கொள்ள முடிகிறதோ, அவ்வளவு வேகமாக உங்களுடைய கனவு நனவாகும்.

4. **மீள்நிகழ்வு:** நீங்கள் விரும்புகின்ற வாழ்க்கை அல்லது நீங்கள் அடைய ஆசைப்படுகின்ற இலக்கு குறித்தக் காட்சியை நீங்கள் எவ்வளவு அடிக்கடி உங்கள் மனத்தில் காட்சிப்படுத்திக் கொண்டிருக்கிறீர்களோ, அவ்வளவு விரைவாக அதை உங்களால் உங்களுடைய ஆழ்மனத்தில் பதிய வைத்து நனவாக்க முடியும்.

3. முன்தயாரிப்பு

எடுத்துக்காட்டாக, அடுத்து வரவிருக்கின்ற ஒரு முக்கியமான நிகழ்வில் நீங்கள் மிகச் சிறப்பாகச் செயல்படுவதற்கு, உங்களை நீங்கள் முன்தயாரிப்புச் செய்து கொள்ளலாம். அது நல்ல பலனை அளிக்கும். அதோடு, உங்கள்மீது உங்களுக்குக் கட்டுப்பாடும் அதிகரிக்கும்.

சுயபிரகடனம் மற்றும் மனக்காட்சிப்படைப்பைச் செய்வதற்கான இரண்டு சிறந்த நேரங்கள் இருக்கின்றன. ஒன்று, நீங்கள் தூங்குவதற்கு முன்பு அதில் ஈடுபட வேண்டும். மற்றொன்று, காலையில் கண்விழித்தவுடன் அதில் ஈடுபட வேண்டும்.

அந்த நிகழ்விலிருந்து நீங்கள் எந்த விளைவை எதிர்பார்க்கிறீர்களோ, துல்லியமாக அதை சுயபிரகடனம் செய்யுங்கள். எப்படி நீங்கள் சுயபிரகடனம் செய்தீர்களோ அதை அப்படியே மனக்காட்சிப்படுத்துங்கள். நீங்கள் எதிர்பார்க்கின்றபடி அந்த நிகழ்வு நடந்து முடிந்தால் நீங்கள் எப்படி உணர்வீர்களோ அதே உணர்வை சுயபிரகடனத்தோடும் மனக்காட்சிப்படைப்போடும் சேர்த்துக் கொள்ளுங்கள்.

‘முடியாது’ என்று கூறுதலின் சக்தி

குழந்தைப்பருவத்தில் மிகவும் கடுமையாக விமர்சிக்கப்பட்டவர்கள் பெரியவர்களாக ஆகின்றபோது, தாங்கள் பிறரால் நிராகரிக்கப்பட்டுவிடுவோமோ என்ற பயத்துடன் இருக்கின்றனர். பிறருடைய எதிர்மறையான எதிர்வினையாற்றல்கள் குறித்து அவர்கள் பயப்படுவர். அந்த நபர்களை அவர்கள் அதுவரை வாழ்க்கையில் சந்திக்காமல் இருந்திருந்தால்கூட அவர்கள் பயப்படுவர்.

நீங்கள் குழந்தையாக இருந்தபோது உங்களுக்குப் பிடித்த வார்த்தை, பிறரிடமிருந்து உங்களுக்குக் கிடைத்து வந்த ‘சரி’ என்ற வார்த்தைதானே? “எனக்கு ஒரு சாக்லெட் வேண்டும்?” “சரி, இதோ வாங்கித் தருகிறேன்!” “எனக்கு இன்னுமோர் ஐஸ்கிரீம் வேண்டும்?” “சரி. அதற்கென்ன, வாங்கித் தருகிறேன்.” “நான் ஒரு திரைப்படத்திற்குச்

செல்ல விரும்புகிறேன், பணம் வேண்டும்." "சரி. இதோ பிடி!" நாம் இந்த 'சரி' என்ற வார்த்தையை எந்த அளவுக்கு நேசித்தோமோ, அதற்கு நேர் எதிராக, 'முடியாது!' என்ற வார்த்தையை நாம் அந்த அளவுக்கு வெறுத்தோம்.

வளர்ந்த பிறகும், நாம் தொடர்ந்து 'சரி' என்ற வார்த்தையையே நாடிக் கொண்டிருந்தோம், 'முடியாது' என்ற வார்த்தையைப் பெறுவதைத் தவிர்த்து வந்தோம். ஆனால், வாழ்க்கையில் தொடர்ந்து முன்னே சென்று கொண்டிருப்பதற்கு, பிறரிடமிருந்து 'முடியாது' அல்லது 'இல்லை' என்ற வார்த்தை கண்டிப்பாக வரத்தான் செய்யும் என்றே எடுத்துக் கொள்ள வேண்டும். 'முடியாது' என்ற வார்த்தைக்காகப் பயந்து அதைத் தவிர்த்து வருவதை ஒரு பழக்கமாக ஆக்கிக் கொண்டால், வெற்றிகரமாகவும் மகிழ்ச்சியாகவும் இருப்பதற்கான வாய்ப்புகளுக்கு நீங்களே முட்டுக்கட்டைப் போட்டுக் கொண்டிருப்பீர்கள்.

நிராகரிப்பு இயல்பானது

வணிகத்தில் நிராகரிப்பு சகஜமானது. குறிப்பாக, விற்பனையில் இது இன்னும் அதிகமாக இருக்கும். விற்பனையில் ஈடுபட்டிருக்கின்ற ஒருவர் தன்னுடைய பொருளை விற்பதில் வெற்றி கண்டால், அதற்கு அவர் இருபது முறைகூட நிராகரிப்புகளை எதிர்கொள்ள வேண்டியிருக்கும். அதனால்தான், 'வேண்டாம்', 'இல்லை', 'முடியாது' போன்ற வார்த்தைகளைக் கேட்டுப் பயப்படாதிருக்கின்ற விதத்தில் நீங்கள் உங்களுடைய மனத்தைத் தயார் செய்து கொள்ள வேண்டும். நிராகரிப்பு குறித்தப் பயம் உங்களிடம் துளிகூட இல்லாதிருக்கின்றபோது, உங்களுடைய வருங்காலம் உங்களுடைய கட்டுப்பாட்டிற்குள் வந்துவிடும்.

வாழ்க்கையில் வெற்றி பெறுவதற்கு உதவுகின்ற மிகவும் ஆற்றல்மிக்க ஒரு சொல் எது தெரியுமா? 'கேட்டல்'தான் அது. நீங்கள் எந்த அளவுக்குப் பிறரிடம் கேட்கிறீர்களோ அந்த அளவுக்கு அவரிடமிருந்து உங்களுக்குக் கிடைக்கும். வேலை, பதவி உயர்வு, காதல், உறவுகள், விற்பனை, வணிக வாய்ப்புகள் போன்ற அனைத்திற்கும் இது பொருந்தும். கேட்பவர்களுக்கே வருங்காலம் சொந்தமானது.

‘முடியாது’ என்ற வார்த்தையைச் செவிமடுக்க அஞ்சாதீர்கள்

நிராகரிக்கப்பட்டுவிடுவோம் என்ற பயத்தை நீக்கிக் கொள்வதற்கு என்ன வழி? நீங்களாகவே முன்வந்து எவ்வளவு அதிகமான நிராகரிப்புகளை எதிர்கொள்கிறீர்களோ, உங்களுடைய முன்தயாரிப்பு அவ்வளவு அதிக வலுவாக இருக்கும். இப்போதிருந்து, ‘வேண்டாம்,’ ‘முடியாது’, ‘இல்லை’ போன்ற வார்த்தைகளைக் கேட்டுப் பயப்படப் போவதில்லை என்று உங்களுக்கு நீங்களே உறுதி பூணுங்கள். இந்தக் கண்டுபிடிப்பு, பிரையன் இருபத்து நான்கு வயது இளைஞராக இருந்தபோது அவருடைய வாழ்க்கையையே மாற்றியது. அவருடைய மகன் அதே வயதில் இருந்தபோது, அது அவனுடைய வாழ்க்கையையும் மாற்றியது.

பிரையன் அப்போது எந்தத் திறமையும் இல்லாத, பள்ளிப்படிப்பைப் பாதியிலேயே நிறுத்திவிட்ட ஓர் இளைஞனாக இருந்தார். அதை வைத்துக் கொண்டு அவரால் பெற முடிந்த ஒரே வேலை விற்பனை வேலைதான். அதற்குச் சம்பளம் எதுவும் கொடுக்கப்படவில்லை. விற்றால் அதற்குக் கமிஷன் கிடைத்தது, அவ்வளவுதான். பிரையன் அந்த வேலையில் இருந்தபோது, பகல் நேரங்களில் அலுவலகங்களுக்குச் சென்று முன்பின் தெரியாதவர்களிடம் விற்பனை செய்யப் பார்த்தார். மாலை வேளைகளில் வீடுவீடாகச் சென்று கதவுகளைத் தட்டினார்.

தன்னுடைய முதல் நாள் வேலையின்போது பிரையன் அப்படியே உறைந்து போய்விட்டார். முதல் வீட்டுக்கு அருகே சென்று அதன் கதவைத் தட்டுவதற்கு முன்பாக, அவர் அந்தத் தெருவை இரண்டு முறை சுற்றிச் சுற்றி வந்தார். பின் எப்படியோ ஒருவழியாகத் துணிச்சலை வரவழைத்துக் கொண்டு, ஒரு வீட்டின் கதவைத் தட்டிவிட்டுக் காத்திருந்தார்.

இங்கிதமான ஒரு முதிய பெண்மணி வந்து அக்கதவைத் திறந்தார். அவர் பிரையன் கூறியதைப் பொறுமையாகக் கேட்டுவிட்டு, அவரிடமிருந்து தன்னால்

எதையும் வாங்க முடியாது என்று பிரையனின் மனம் நோகாமல் கூறிவிட்டு, அன்று அவருக்கு வெற்றி கிடைக்க வாழ்த்திவிட்டு அவரை அனுப்பி வைத்தார். பிரையன் அந்த வீட்டிலிருந்து வெளியேறிக் கொண்டிருந்தபோது, இனி எந்தவொரு வீட்டுக் கதவையும் தட்டவோ, எந்தவோர் அந்நியரிடமும் பேசவோ தான் தயங்கப் போவதில்லை என்று அவர் சூளுரைத்துக் கொண்டார்.

நிராகரிப்பு குறித்தப் பயத்தைப் புறமுதுகிட்டு ஓடச் செய்யுங்கள்

அதற்குப் பிறகு, பிரையன் நிராகரிப்புகளை ஆர்வமுடன் எதிர்கொள்ளத் தன்னைத் தயார்படுத்திக் கொண்டார். ஒவ்வொரு நாளின் துவக்கத்திலும் ஒரு நிராகரிப்பைக் கேட்க அவர் ஆவலாக இருப்பார். எப்படியும் விரைவில் அது அவருக்குக் கிடைத்துவிடும் என்பதால், பிரகாசமடைந்து, துள்ளிக் குதித்துக் காரியத்தில் இறங்குவார்.

பிரையனின் மகன்களில் ஒருவன் தன் கல்லூரிப் படிப்பை முடித்ததும், பிரையனிடம், தான் வாழ்க்கையில் வெற்றி பெற வேண்டுமென்றால் எந்த வேலையில் சேர வேண்டும் என்று கேட்டார். விற்பனை வேலையில் சேர்ந்து முன்பின் தெரியாதவர்களைச் சந்தித்து, அவர்களிடமிருந்து நிராகரிப்புகளை ஓராண்டு காலம் கேட்டுவர அவர் தயாராக இருந்தால், வாழ்க்கையில் எதையும் எதிர்கொள்ளும் மனப்பக்குவம் அவருக்கு வந்துவிடும் என்று பிரையன் அறிவுரை கூறினார்.

பிரையனின் மகனும் அதேபோல ஒரு விற்பனை வேலையில் சேர்ந்தார். ஓராண்டுக்குப் பிறகு, அவர் முற்றிலும் வேறுபட்ட ஒரு மனிதராக ஆகியிருந்தார். அவருடைய தன்னம்பிக்கை உச்சத்தைத் தொட்டிருந்தது. பின் அவர் பிரையனிடம், “அப்பா, இனி நான் வாழ்கையில் கண்டிப்பாக வெற்றி பெறுவேன் என்ற நம்பிக்கை எனக்கு ஏற்பட்டுவிட்டது. இந்த வேலையில் நான் எண்ணற்ற நிராகரிப்புகளைப் பார்த்துவிட்டதால், இனி வாழ்க்கையில் நான் எதற்கும் பயப்பட மாட்டேன்,” என்று கூறினார்.

உங்களை எந்த சக்தியாலும் தடுத்து நிறுத்த முடியாது என்று உங்களுக்கு நீங்களே மீண்டும் மீண்டும் கூறிக் கொள்வதன் மூலம், நிராகரிப்பு குறித்து பயப்படாதிருப்பதற்கு உங்களை நீங்களே தயார்படுத்திக் கொள்ள முடியும். அமைதியானவராக, தன்னம்பிக்கைமிக்கவராக, எப்போதும் புன்னகையுடன் இருக்கின்ற நபராக உங்களை மனக்காட்சிப்படுத்திக் கொள்ளுங்கள். அது குறித்த சுயபேச்சில் ஈடுபடுங்கள்.

சுயபிரகடனங்கள், மனக்காட்சிப்படைப்பு போன்ற உத்திகளை உணர்ச்சிபூர்வமாக மீண்டும் மீண்டும் மேற்கொள்வதன் மூலம் உங்களால் உங்களுடைய மனத்தை வெற்றிக்குத் தயார்படுத்த முடியும்; உங்களுடைய தன்னம்பிக்கையை உயர்த்தி, உங்களை ஒரு நேர்மறையாளராக ஆக்கிக் கொள்ள முடியும்.

இப்போது இதைச் செய்யுங்கள்

அடுத்து வரவிருக்கின்ற, அதன் விளைவு எப்படி இருக்குமோ என்று உங்களுக்குக் கவலையை உருவாக்குகின்ற ஒரு நிகழ்வு குறித்து யோசியுங்கள். அந்த நிகழ்வு எப்படி நிகழ வேண்டும், அதை நீங்கள் எப்படி நடத்த விரும்புகிறீர்கள் என்றும் கற்பனை செய்து, ஒரு சுயபிரகடனத்தை எழுதுங்கள். எடுத்துக்காட்டாக, "வேலைக்காக அடுத்த வாரத்தில் நான் கலந்து கொள்ளவிருக்கின்ற நேர்முகத் தேர்வில், நான் அமைதியாக இருக்கிறேன், தன்னம்பிக்கையுடன் பதிலளிக்கிறேன். இறுதியில் அந்த வேலை எனக்கு வழங்கப்படுகிறது," என்று நீங்கள் எழுதிக் கொள்ளலாம்.

இது தொடர்பான ஒரு தெளிவான, மகிழ்ச்சிகரமான காட்சியை மீண்டும் மீண்டும் உங்கள் மனத்தில் ஓடவிட்டு உங்களுடைய ஆழ்மனத்தில் அதைப் பதிய வையுங்கள். முதல் முறையிலேயே உங்களுக்குக் கிட்டுகின்ற வெற்றி குறித்து நீங்கள் வியப்படைவீர்கள்.

7

தவளையில் அழகைத் தேடுங்கள்

"சிரமங்கள் உங்களுக்குத் தடை ஏற்படுத்துவதற்காக வருவதில்லை; உங்களுக்கு அறிவுறுத்தவே வருகின்றன."

- பிரையன் டிரேசி

நீங்கள் எவ்வாறு உணர்கிறீர்கள் என்பதை வாழ்க்கையில் உங்களுக்கு என்ன நிகழ்கிறது என்பது தீர்மானிப்பதில்லை; அதற்கு நீங்கள் எப்படி எதிர்வினையாற்றுகிறீர்கள் என்பதுதான் தீர்மானிக்கிறது. அதாவது, பிரச்சனை தவளைகளிடத்தில் இல்லை; அவற்றை நீங்கள் கையாள்கின்ற விதத்தில்தான் இருக்கிறது.

இரண்டு நபர்களுக்கு ஒரே விதமான அனுபவம் ஏற்பட்டிருக்கலாம். அவர்களில் ஒருவர் அதைப் பெரிதுபடுத்தாமல் உதறித் தள்ளிவிட்டு, தன் வழியில் போய்க் கொண்டிருக்கலாம். மற்றொரு நபரோ, அது குறித்துக் கடும் கோபமும் வெறுப்பும் அடைந்து, நீண்டகாலத்திற்கு அது குறித்து வெதும்பிக் கொண்டிருக்கலாம். ஒரே நிகழ்வு, ஆனால் இரண்டு விதமான எதிர்வினைகள்.

'எ கோர்ஸ் இன் மிரக்கிள்' என்ற நூலின் எடிட்டர்களான ஹெலன் ஷூக்மேன் மற்றும் வில்லியம் தெட்ஃபோர்ட் இவ்வாறு கூறியுள்ளனர்: "நீங்கள்

பார்க்கின்ற அனைத்திற்கும் நீங்கள்தான் அர்த்தத்தைக் கொடுத்துக் கொள்கிறீர்கள்." அதாவது, நீங்கள் பார்க்கின்ற எதற்கும் நேர்மறையான உணர்ச்சிகளோ அல்லது எதிர்மறையான உணர்ச்சிகளோ கிடையாது. அதைப் பற்றிச் சிந்திப்பதன் மூலம் நீங்கள்தான் அதற்கு உணர்ச்சிகளை அளிக்கிறீர்கள்.

ஒரு தீர்மானத்தை எடுங்கள்

ஓர் எதிர்மறை அனுபவத்தை நேர்மறை அனுபவமாக மாற்றி, அந்தக் கசப்பான அனுபவத்திலிருந்து உங்களை விடுவித்துக் கொள்வதற்கான எளிய வழி, உங்களுடைய கடந்தகாலத்தை முற்றிலும் புதியதொரு கண்ணோட்டத்தில் பார்க்க உறுதி பூணுவதுதான். மாற்றீட்டு விதியைப் பயன்படுத்தி, நீங்கள் ஓர் எதிர்மறை எண்ணத்தை ஒரு நேர்மறை எண்ணத்தால் இட்டு நிரப்புகின்றபோது, உடனடியாக உங்களுடைய உணர்ச்சிகளும் மாறுகின்றன.

"மகிழ்ச்சிகரமான குழந்தைப்பருவத்தை எவ்வளவு தாமதமாக வேண்டுமானாலும் அனுபவிக்கலாம்," என்று ஊக்குவிப்பு நூலாசிரியரான வெயின் டயர் கூறியிருக்கிறார். உங்களுடைய மகிழ்ச்சியற்றக் குழந்தைப்பருவ அனுபவங்கள் குறித்த உங்களுடைய பார்வையை மாற்றியமைப்பதன் மூலம், உங்களால், அவற்றை மோசமானவை என்ற நிலையிலிருந்து நல்லவை என்ற நிலைக்குத் திருப்ப முடியும், மனச்சோர்விலிருந்து உற்சாகத்திற்கு மாற்ற முடியும், உங்களுடைய குழந்தைப்பருவ அனுபவங்களை முற்றிலும் புதியதொரு நேர்மறையான கண்ணோட்டத்தில் பார்க்க முடியும்.

மகிழ்ச்சியான குழந்தைப்பருவத்தை அனுபவியுங்கள்

நீங்கள் ஓர் ஆத்மா என்றும், நீங்கள் இந்த பூமியில் பிறப்பதற்கு முன்பாக நீங்கள்தான் உங்களுடைய பெற்றோரைத் தேர்ந்தெடுத்திருந்தீர்கள் என்றும் கற்பனை செய்யுங்கள். அந்தக் குறிப்பிட்டப் பெற்றோருக்குப்

பிறப்பதன் மூலம் உங்களால் சிறப்பான அனுபவத்தைப் பெற முடியும் என்று நீங்கள் அப்போது முடிவு செய்திருந்தீர்கள்.

இக்கண்ணோட்டத்தில் இப்போது நீங்கள் உங்களுடைய குழந்தைப்பருவ அனுபவங்களை மீண்டும் அசைபோட்டுப் பாருங்கள். அவை முற்றிலும் வித்தியாசமாக இருக்கும். நீங்கள் வளர்ந்து வந்த காலத்தில் எதிர்கொண்டிருந்த ஒவ்வொரு பிரச்சனையிலிருந்தும் நீங்கள் கற்றுக் கொண்ட படிப்பினையை நீங்கள் அடையாளம் காணத் துவங்குவீர்கள். உங்களுடைய குடும்பத்தை நீங்கள்தான் தேர்ந்தெடுத்தீர்கள் என்பதை நீங்கள் ஏற்றுக் கொள்கின்றபோது, உங்களுடைய அனுபவங்களை எதிர்மறையானவையாகவும் மனக்காயம் ஏற்படுத்தியவையாகவும் கருதாமல், நேர்மறையானவையாகவும் படிப்பினைகளாகவுமே கருதுவீர்கள்.

உங்களுடைய பெற்றோர் உங்கள்மீது ஏற்படுத்தியிருந்த தாக்கங்களைப் பற்றிச் சிந்தித்துப் பாருங்கள். உங்களுடைய பெற்றோர் உங்களை நடத்தியிருந்த விதம் எப்படி உங்களிடமிருந்த சிறந்தவற்றை வெளிக்கொண்டு வந்தது என்பதை உங்களால் அடையாளம் காண முடிகிறதா?

எதற்கும் புகார் கூறாதீர்கள்

ஏராளமான மக்கள், தாங்கள் வளர்ந்து கொண்டிருந்தபோது தங்களுடைய பெற்றோர் தங்களுக்குச் செய்திருந்த அல்லது செய்யாமலிருந்த காரியங்களைப் பற்றிப் பல பத்தாண்டுகளாக அவர்களைக் குற்றம் சாட்டிக் கொண்டிருக்கின்றனர். எடுத்துக்காட்டாக, பிரையன் தன்னுடைய முப்பதுகளின் துவக்கத்தில் இருந்தபோது, தன் தோழி ஒருவருடன் உணவு அருந்த ஓர் உணவகத்திற்குச் சென்றிருந்தார். அப்போது, பிரையன் அவரிடம், தான் குழந்தையாக இருந்தபோது தன்னுடைய அப்பா தன்னிடம் எப்படி அன்பில்லாமல் நடந்து கொண்டார் என்று புலம்பியிருக்கிறார்.

சிறிது நேரம் பிரையனின் புலம்பல்களைக் கேட்டுக்

கொண்டிருந்த அந்த இளம் பெண், அவருடைய பேச்சில் குறுக்கிட்டு, "பிரையன், நீங்கள் உயிரோடு இருப்பது குறித்து மகிழ்ச்சியாக இருக்கிறீர்களா?" என்று கேட்டுள்ளார்.

அதற்குப் பிரையன், "அதிலென்ன சந்தேகம்? நான் உண்மையிலேயே என்னுடைய வாழ்க்கையை மகிழ்வுடன் இரசித்துக் கொண்டிருக்கிறேன்," என்று பதிலளித்துள்ளார்.

"அப்படியெனில், நீங்கள் இன்று இருக்கின்ற இடத்திற்கு உங்களை உங்களுடைய அப்பாதான் அழைத்து வந்துள்ளார் என்பதைப் புரிந்து கொண்டு, அவரைப் பற்றிக் குறை கூறுவதை நிறுத்திக் கொள்ளுங்கள்," என்று அந்தப் பெண் கூறியுள்ளார்.

பிரையன் அதைக் கேட்டவுடன் அதிர்ச்சி அடைந்தபோதிலும், அப்பெண் கூறியது சரிதான் என்பதைப் புரிந்து கொண்டார். அதற்குப் பிறகு, பிரையன் தன் அப்பாவைப் பற்றியோ அல்லது தன் குழந்தைப்பருவத்தைப் பற்றியோ ஒருபோதும் குறை கூறவில்லை. தான் இப்போது உயிரோடு இருப்பது குறித்து மகிழ்ச்சியுடன் இருக்கின்ற காரணத்தால், தன்னை இந்த உலகிற்குள் கொண்டு வந்தவர்களைப் பற்றிக் குறைகூறத் தனக்கு உரிமை எதுவும் கிடையாது என்பதை அவர் புரிந்து கொண்டார்.

நீங்களும் இதைப் பின்பற்றலாம். உங்களுடைய பெற்றோர் உங்களுக்காகப் பலவற்றைச் செய்திருக்கலாம் அல்லது செய்யாமல் இருந்திருக்கலாம். ஆனால் உங்களை இந்த உலகிற்குக் கொண்டு வந்தவர்கள் அவர்கள்தாம். அவர்கள் உங்கள் வாழ்க்கை எனும் மிகச் சிறந்ததொரு பரிசை உங்களுக்கு அளித்திருக்கிறார்கள். அதற்காக நீங்கள் என்றென்றும் அவர்களுக்கு நன்றிக்கடன் பட்டிருக்கிறீர்கள்.

மிகப் பெரிய சக்தி

இந்தப் பிரபஞ்சத்திலுள்ள சக்திகளிலேயே பெரிய சக்தி நீங்கள் மிகச் சிறந்தவற்றைப் பெற வேண்டும் என்று விரும்புகிறது என்று கற்பனை செய்யுங்கள். நீங்கள் மகிழ்ச்சியாகவும் ஆரோக்கியமாகவும் மனநிறைவுடனும் இருக்க வேண்டும் என்று அது விழைகிறது. நீங்கள்

வெற்றிகரமாகவும் பெரும் செல்வச்செழிப்புடனும் இருக்க வேண்டும் என்றும் அது ஆசைப்படுகிறது.

அதே நேரத்தில், நீங்கள் உங்களுடைய வாழ்க்கைப் பயணத்தில் சில படிப்பினைகளைக் கற்றுக் கொள்வதன் மூலமே, மகிழ்ச்சி, ஆனந்தம், வெற்றி ஆகியவற்றின் உச்சத்தை அடைவீர்கள் என்பதை அந்த மாபெரும் சக்தி அறிந்து வைத்துள்ளது. ஒரு படிப்பினை உங்களைக் காயப்படுத்தாதவரை நீங்கள் அதிலிருந்து எதையும் கற்றுக் கொள்ள மாட்டீர்கள் என்ற உங்களுடைய விபரீதமான இயல்பையும் அந்த சக்தி அறிந்து வைத்துள்ளது.

பிறருடைய அனுபவங்களைப் படிப்பது, காண்பது அல்லது அவதானிப்பதன் மூலம் உங்களால் ஆழமாக எதையும் கற்றுக் கொள்ள முடியாது. நீங்கள் உடல்ரீதியான, உணர்வுரீதியான அல்லது பொருளாதாரரீதியான வலியை உணர்கின்றபோதுதான் உங்களால் எதையும் கற்றுக் கொள்ள முடியும்.

இதற்கு மிகச் சிறந்த எடுத்துக்காட்டு, ஒருவர் தன்னுடைய உடல் ஆரோக்கியம் குறித்துக் கொண்டிருக்கின்ற அணுகுமுறை. பெரும்பாலான நேரங்களில், மக்கள், எவ்விதமான சிந்தனையுமின்றி, வாய்க்கு ருசியாக இருக்கின்ற உணவுப் பதார்த்தங்களை மட்டுமே உண்கின்றனர்; அவர்கள் உடற்பயிற்சிகளை மேற்கொள்வதில்லை. ஏதாவது உடல் உபாதை ஏற்பட்டால் ஒழிய அல்லது ஏதாவது ஒரு நோய் தாக்கினால் மட்டுமே ஆரோக்கியமான உணவுப் பழக்கங்களுக்கு மாறுகின்றனர், உடற்பயிற்சிக்கு முக்கியத்துவம் அளிக்கின்றனர்.

நீங்கள் கற்றுக் கொள்ள வேண்டிய படிப்பினைகள்

உங்களுக்குக் கற்றுக் கொடுப்பதற்காகவும், உங்களைப் பயிற்றுவிப்பதற்காகவும், உங்களுக்கு வழிகாட்டுவதற்காகவும், இந்த மாபெரும் சக்தி, உங்களுக்குப் பல படிப்பினைகளை வலியோடு சேர்த்து அனுப்புகிறது. அப்போதுதான் நீங்கள் அவற்றுக்குச் செவி சாய்ப்பீர்கள் என்பதை அச்சக்தி நன்கு அறியும்.

நெப்போலியன் ஹில் இப்படிக் கூறியுள்ளார்: "நீங்கள் எதிர்கொள்கின்ற ஒவ்வொரு பிரச்சனையிலும், கஷ்டத்திலும், அதற்குச் சமமான அளவில் அல்லது அதைவிடப் பெரிய அளவில் பயன் அளிக்கக்கூடிய விதை ஒன்றும் அடங்கியுள்ளது." உங்களுடைய வேலை எல்லாம், அந்தப் பயனின்மீது, உங்களுக்குச் சாதகமாக அமைந்திருக்கின்ற சாத்தியக்கூற்றின்மீது உங்களுடைய கவனத்தைக் குவிப்பதாக மட்டுமே இருக்க வேண்டும்.

உங்களுடைய வாழ்க்கையில் நீங்கள் அனுபவித்த மிகப் பெரிய தோல்விகளை நினைத்துப் பாருங்கள். அவை ஒவ்வொன்றிலிருந்தும் நீங்கள் கற்றுக் கொண்ட மிக முக்கியமான படிப்பினைகள் என்னென்ன? அந்தப் படிப்பினைகள், நீங்கள் மேம்பட்டத் தேர்ந்தெடுப்புகளையும் தீர்மானங்களையும் மேற்கொள்ள உங்களுக்கு எவ்வாறு உதவியுள்ளன? அந்தப் படிப்பினைகளைக் கற்றுக் கொண்டதன் மூலம் உங்களுக்கு எத்தகைய நன்மைகளும் பயன்களும் வந்து சேர்ந்துள்ளன?

உங்களுடைய தற்போதைய பிரச்சனைகளைப் பற்றிச் சிந்தியுங்கள்

அடுத்து, உங்களுடைய வாழ்க்கையில் நீங்கள் இப்போது எதிர்கொண்டிருக்கின்ற அனைத்துப் பிரச்சனைகளையும் நினைவுகூருங்கள். உங்களுடைய பிரச்சனைகளை, ஒன்றின் மேல் ஒன்றாக அடுக்கி வைக்கப்பட்டுள்ள சாப்பாட்டுத் தட்டுகளாகக் கற்பனை செய்து கொள்ளுங்கள். உங்களுடைய பிரச்சனைகளில் மிகச் சிறியது கீழேயுள்ள தட்டிலும், மிகப் பெரிய பிரச்சனை, எல்லாவற்றுக்கும் மேலே இருக்கின்ற தட்டிலும் இருப்பதாக நினைத்துக் கொள்ளுங்கள்.

அடுத்து, அந்தப் பெரிய பிரச்சனைக்குள், வருங்காலத்தில் நீங்கள் வெற்றிகரமாகவும் மகிழ்ச்சிகரமாகவும் இருக்க உதவக்கூடிய ஒரு படிப்பினையின் வடிவில் ஒரு பரிசு ஒளிந்திருப்பதாக நினைத்துக் கொள்ளுங்கள். அது என்ன படிப்பினையாக இருக்கும்?

எதிர்மறைகளை நேர்மறைகளாக மாற்றுவதற்கு, நீங்கள் எதிர்கொள்கின்ற ஒவ்வொரு பிரச்சனைக்குள்ளும் எத்தகைய படிப்பினைகள் ஒளிந்துள்ளன என்பதைத் தேடுவது இன்றியமையாதது. நீங்கள் உங்களுடைய பிரச்சனைகள் எதை அலசினாலும் அதற்குள் குறைந்தபட்சம் ஒரு படிப்பினையாவது ஒளிந்திருப்பதைக் கண்டுபிடிப்பீர்கள். "சிறந்த மனிதர்கள் பெரும் படிப்பினைகளைச் சிறிய பிரச்சனைகளிலிருந்து கற்றுக் கொள்கிறார்கள்," என்று எம்மெட் ஃபாக்ஸ் கூறியுள்ளார்.

உங்களைப் பயமுறுத்துகின்ற வருங்காலப் பிரச்சனைகளுக்கும் நீங்கள் இதே கருத்தாக்கத்தைப் பயன்படுத்தலாம். புதிதாக எதையாவது நீங்கள் முயற்சி செய்கின்றபோது, கண்டிப்பாகப் பயமும் பதற்றமும் அதன் ஓர் அங்கமாக இருக்கத்தான் செய்யும். ஒரு முறை, கிறிஸ்டினா, தனக்கு மிகவும் பிடித்த ஒரு விஷயம் குறித்த ஒரு குழுவின் தலைமைப் பொறுப்பை ஏற்கலாமா வேண்டாமா என்று குழம்பிப் போயிருந்தார். அந்தப் பொறுப்பை எடுத்துக் கொள்ள அவர் ஆர்வமாக இருந்தாலும், அது மேடைப் பேச்சை உள்ளடக்கிய ஒன்றாக இருந்தது அவருக்குக் கிலி ஏற்படுத்தியது. கிறிஸ்டினாவின் நெருங்கிய தோழி ஒருவர், அவரிடம், கிறிஸ்டினா அந்தப் பொறுப்பை ஏற்றுக் கொள்ள வேண்டும் என்றும், அதன் மூலம் அவருக்குப் புதிய, அரிய அனுபவங்கள் ஏற்படும் என்றும், அவரால் புதிய திறன்களைக் கற்றுக் கொள்ள முடியும் என்றும், அப்புதிய திறன்கள் வருங்காலத்தில் அவருக்கு உதவக்கூடும் என்றும் வலியுறுத்தினார். அவருடைய தோழியின் அறிவுரையால் கிறிஸ்டினாவின் புதிய முயற்சிகள் குறித்தப் பயக் கண்ணோட்டம் மாறியது, சவால்களை எதிர்கொள்ள அவர் ஊக்குவிக்கப்பட்டார்.

நீங்கள் கற்றுக் கொண்டே ஆக வேண்டிய படிப்பினைகள்

உங்களுடைய தற்போதைய பெரிய பிரச்சனையைப் பற்றி நீங்கள் சிந்திக்கின்றபோது, "இந்தப் பிரச்சனையிலிருந்து நான் கற்றுக் கொண்டே ஆக வேண்டிய படிப்பினை

எதுவாக இருக்கக்கூடும்?" என்று உங்களையே நீங்கள் கேளுங்கள். அதற்கான உங்களுடைய உடனடியான பதில் பொதுவாக மேலோட்டமான ஒன்றாக இருக்கும். நீங்கள், "நான் இவற்றைக் குறைவாகவும் அவற்றை அதிகமாகவும் செய்ய வேண்டும்," என்று அதற்குப் பதிலளிக்கக்கூடும்.

அடுத்து உங்களிடம் நீங்கள் இந்த முக்கியமான கேள்வியைக் கேளுங்கள்: "இச்சூழ்நிலையிலிருந்து நான் மேலும் எதைக் கற்றுக் கொண்டாக வேண்டியிருக்கும்?" இக்கேள்வி, இது குறித்து மேலும் ஆழமாக அலச உங்களைத் தூண்டும். இம்முறை உங்களுடைய படிப்பினை முன்பைவிட வலிமிக்கதாக இல்லாமலிருக்கலாம் என்றாலும், முக்கியத்துவமிக்கதாகவும் குறிப்பிடத்தக்கதாகவும் இருக்கும். ஒருவேளை நீங்கள் வித்தியாசமான எதையாவது புதிதாகத் துவக்க வேண்டியிருக்கலாம் அல்லது எதையாவது முற்றிலுமாக நிறுத்த வேண்டியிருக்கலாம்.

பின் மீண்டும் உங்களிடம் நீங்கள், "இச்சூழ்நிலையிலிருந்து நான் மேலும் எதைக் கற்றுக் கொண்டாக வேண்டியிருக்கும்?" என்ற அதே கேள்வியைக் கேளுங்கள். இம்முறை நீங்கள் மேலும் ஆழமாக அலசலுக்குள் இறங்குவீர்கள். இதே கேள்வியை நீங்கள் மீண்டும் மீண்டும் கேட்கின்றபோது, அதற்கு உங்களுக்குக் கிடைக்கின்ற பதில் மேலும் மேலும் பொருத்தமானதாக மாறிக் கொண்டிருக்கும். அதே வேளையில், அது மேலும் மேலும் வலிமிக்கதாகவும் ஆகலாம்.

இந்தப் பிரச்சனையோடு நீங்கள் நீண்டகாலம் போராடிக் கொண்டிருக்கின்ற பட்சத்தில், இக்கேள்விகளின் மூலம், அதிலிருந்து உங்களால் பெறக்கூடிய உண்மையான படிப்பினையை உங்களால் பெற முடியும். பெரும்பாலும், அப்படிப்பினை, அச்சூழ்நிலையில் பெரும் மாற்றத்தை ஏற்படுத்திக் கொள்ள உங்களைத் தூண்டலாம் அல்லது அதிலிருந்து வெளியேறிவிடுமாறு உங்களுக்கு அறிவுறுத்தலாம்.

பெரும்பாலான நேரங்களில் நாம் மீண்டும் மீண்டும் ஒரே மாதிரியான சூழ்நிலைகளையே எதிர்கொண்டு அவதிப்படுகிறோம். நம்முடைய வேலை

எதுவாக இருந்தாலும் நமக்கு மீண்டும் மீண்டும் ஒரே மாதிரியான பிரச்சனைகளே ஏற்படுகின்றன. நம் வாழ்க்கைத்துணைவர்களின் விஷயங்களிலும், அவர்களை நாம் மாற்றிக் கொண்டிருந்தாலும்கூட, நாம் ஒரே மாதிரியான சிக்கல்களையே மீண்டும் மீண்டும் எதிர்கொள்கிறோம். இந்த விஷயத்தை ஆழமாக அலசி, இவற்றுக்கு இடையே இருக்கின்ற ஒத்த அம்சங்களைக் கண்டுபிடிக்காதவரை உங்களால் மாற முடியாது.

ஒருவர் தன் பிரச்சனைகளில் இருக்கின்ற இப்படிப்பட்ட ஒத்த அம்சங்களைக் கண்டுபிடித்தப் பிறகு, அவை மீண்டும் மீண்டும் நிகழ்வதற்கான காரணத்தைக் கண்டுபிடிக்க வேண்டும். எடுத்துக்காட்டாக, நம்முடைய இளமைக்காலத்தில் நமக்கு ஓர் எதிர்மறையான அனுபவம் ஏற்பட்டிருக்கலாம். அந்த அனுபவம் குறித்தத் தீர்க்கப்படாத ஏதோ ஓர் அம்சம் இன்றும் நம்மை அரித்துக் கொண்டிருக்கலாம். அதிலிருந்து நாம் எந்தவிதமான படிப்பினைகளையும் கற்றுக் கொண்டிருக்காமல் இருந்திருக்கலாம். அது நம்முடைய ஆழ்மனத்தில் பதிந்திருப்பதால், மீண்டும் மீண்டும் அதுபோன்ற அனுபவங்களை நாம் பெற்றுக் கொண்டிருக்கக்கூடும்.

உங்களுடைய அகங்காரத்தைக் கட்டுக்குள் வைத்திருங்கள்

உங்களுடைய பிரச்சனைக்குப் பின்னாலுள்ள படிப்பினையை நீங்கள் ஒருவழியாகக் கண்டுகொள்கின்றபோது, உங்களுடைய அகங்காரம் உடனடியாக அதற்குள் தலையிடுகிறது. அதன் விளைவாக, அச்சூழ்நிலையை எதிர்கொள்வதை நீங்கள் தவிர்ப்பீர்கள். அப்படிப்பட்ட ஒன்று இல்லவே இல்லை என்பதுபோல நடந்து கொள்வதன் மூலம் எப்படியோ அச்சூழ்நிலை மேம்பட்டுவிடும் என்றோ அல்லது அது உங்களைவிட்டு விலகிவிடும் என்றோ நீங்கள் நம்புவீர்கள். ஆனால், அப்படி நடைபெறப் போவதில்லை என்பதையும் நீங்கள் உங்கள் மனத்தின் அடியாழத்தில் அறிந்திருப்பீர்கள்.

நீங்கள் கற்றுக் கொள்ள வேண்டிய படிப்பினையை

எதிர்கொள்வதற்கான துணிச்சலைக் கண்டுகொண்டு, அதற்குப் பொருத்தமான நடவடிக்கைகளை எடுக்கின்றபோது, அற்புதமான ஒன்று நிகழ்கிறது. உங்களுடைய மன அழுத்தம் முற்றிலுமாக மறைந்துவிடுகிறது. நீங்கள் அமைதியையும் மகிழ்ச்சியையும் உணர்வீர்கள்.

உங்களுடைய புழக்கத்திலிருக்கின்ற சொற்களை மாற்றுங்கள்

ஏதாவது ஒரு விஷயம் தவறாகப் போகின்றபோது, உங்களுடைய மனத்தை எதிர்மறையிலிருந்து நேர்மறைக்கு மாற்றுவதற்கான விரைவான வழி, உங்களுடைய புழக்கத்தில் இருக்கின்ற சொற்களை மாற்றுவதுதான். எடுத்துக்காட்டாக, 'பிரச்சனை' என்ற சொல்லுக்குப் பதிலாகச் 'சூழ்நிலை' என்ற சொல்லைப் பயன்படுத்தலாம்.

'பிரச்சனை' என்பது ஓர் எதிர்மறைச் சொல். அது உடனடியாக, இழப்பு, தாமதம், அசௌகரியம் போன்றவை குறித்தக் காட்சிகளை நம் கண்முன் கொண்டுவருகிறது. ஆனால், 'சூழ்நிலை' என்ற சொல் நடுநிலையானது. "இங்கு ஒரு சுவாரசியமான சூழ்நிலை இருக்கிறது," என்று சொல்கின்றபோது அங்கு எதிர்மறை உணர்ச்சிகள் எதுவும் இருப்பதில்லை. அதன் விளைவாக, நீங்கள் அமைதியாகவும் தெளிவாகவும் இருப்பீர்கள்; சூழ்நிலை எப்படி இருந்தாலும் அதைக் கையாள்வதற்குத் தயாராக இருப்பீர்கள்.

'சவால்' என்பது இதைவிட மேம்பட்டச் சொல். ஒரு விஷயத்தைப் பிரச்சனை என்று கூறுவதற்குப் பதிலாக, "இங்கு நாம் கையாள்வதற்கு ஒரு சுவாரசியமான சவால் இருக்கிறது," என்று நீங்கள் கூறலாம்.

நீங்கள் ஒரு சவாலைச் சந்திக்கின்றபோது, அதை எதிர்கொள்வதற்காக உங்களை உயர்த்திக் கொள்கிறீர்கள். அது உங்களிடமுள்ள மிகச் சிறந்தவற்றை வெளிக்கொண்டு வருகிறது. அது நேர்மறையானது, உங்களை ஊக்குவிக்கக்கூடியது. பொதுவாக நாம் சவால்கள் என்றால் அவற்றைச் சந்திப்பதற்கு ஆர்வத்துடன்

இருப்போம். ஏனெனில், அவற்றை வெல்வதற்கு நம்மை நாம் விரிவுபடுத்திக் கொள்ள வேண்டியிருக்கும்; அவற்றை முறியடிக்கின்றபோது நம்மைப் பற்றிய மேம்பட்ட ஓர் உணர்வு நம்மிடம் ஏற்படும்.

சவாலையும்விட மேம்பட்ட ஒரு சொல் இருக்கிறது. 'வாய்ப்பு' என்ற சொல்தான் அது. இதற்குப் பிறகு நீங்கள் உங்களுடைய வாழ்க்கையில் அசாதாரணமான சூழ்நிலைகளைச் சந்திக்கின்றபோது, அவற்றைப் பிரச்சனைகள் என்றோ, சிரமங்கள் என்றோ குறிப்பிடுவதற்குப் பதிலாக, சவால்கள் என்றோ, வாய்ப்புகள் என்றோ குறிப்பிடுவதை வழக்கமாக்கிக் கொள்ளுங்கள். வாய்ப்புகளை நாம் அனைவருமே விரும்புவோம், அவற்றைப் பெற ஆவலாக இருப்போம். இதை நீங்கள் உங்களுடைய சொல்லாடல்களில் பயன்படுத்தத் துவங்குகின்றபோது, உங்களுடைய வாய்ப்புகளில் எத்தனை வாய்ப்புகள், முதலில் பிரச்சனைகளாகவும் சிரமங்களாகவும் காட்சியளித்தன என்பதைக் கண்டு நீங்கள் பெரும் வியப்படைவீர்கள்.

பிரச்சனைகள் தவிர்க்கப்பட முடியாதவை

பிரச்சனைகளைத் தவிர்ப்பதற்கு நீங்கள் என்னதான் தலைகீழாக நின்றாலும், உங்களுடைய வாழ்க்கையில் அனைத்துவிதமான பிரச்சனைகளும் சிரமங்களும் சவால்களும் கடலின் அலைகளைப்போலத் தொடர்ந்து வந்து கொண்டேயிருக்கும்.

இந்தத் தொடர்ச்சியான பிரச்சனைகளில் குறுக்கீடு செய்பவை, அவ்வப்போது வருகின்ற நெருக்கடிகள் மட்டும்தாம். நீங்கள் ஒரு துடிப்பான வாழ்க்கையை வாழ்ந்து கொண்டிருந்தால், இரண்டு அல்லது மூன்று மாதங்களுக்கு ஒரு முறை உங்களுடைய வாழ்க்கையில் ஏதாவது ஒரு நெருக்கடி தலைகாட்டிக் கொண்டுதான் இருக்கும். அது ஒரு பொருளாதார நெருக்கடியாகவோ, குடும்ப நெருக்கடியாகவோ அல்லது ஒரு தனிப்பட்ட நெருக்கடியாகவோ இருக்கலாம்.

நெருக்கடி என்பது ஓர் அழையா விருந்தாளி. அதற்கு நீங்கள் முன்தயாரிப்புகளை மேற்கொண்டிருக்க முடியாது. அப்படியெனில், நம் முன்னே இருக்கின்ற ஒரே கேள்வி இதுதான்: "இந்த நெருக்கடியைத் திறம்படச் சமாளிப்பது எப்படி?"

நெருக்கடி நேர்கின்றபோது நீங்கள் ஒரு முறை ஆழமாக சுவாசித்துவிட்டு, உங்களுடைய மனத்தை அமைதிப்படுத்தி, அதில் பொதிந்துள்ள மதிப்புமிக்கப் படிப்பினைகளைத் தேடிக் கண்டுபிடித்து, அந்த நெருக்கடியைக் கையாள்வதற்குத் தேவையான நடவடிக்கைகளில் இறங்க வேண்டும்.

நம்பிக்கை ஒளி தென்படுகின்ற பக்கத்தை மட்டும் பாருங்கள்

உங்களுக்கு என்ன வேண்டும், நீங்கள் எங்குச் சென்றடைய வேண்டும் என்பது குறித்து நீங்கள் எவ்வளவு அதிகமாகச் சிந்திக்கிறீர்களோ, நீங்கள் அவ்வளவு அதிக நேர்மறையாகவும் நன்னம்பிக்கையுடனும் இருப்பீர்கள். நீங்கள் நன்னம்பிக்கையுடன் இருக்கிறீர்கள் என்றால், அதற்காகப் பிரச்சனைகளையோ அல்லது சிரமங்களையோ நீங்கள் அலட்சியப்படுத்துகிறீர்கள் என்று அர்த்தமாகாது; அவற்றை நீங்கள் உருப்படியான விதத்திலும் நேர்மறையான முறையிலும் அணுகுவதைத் தேர்ந்தெடுத்துள்ளீர்கள் என்றுதான் அர்த்தம்.

உங்களுடைய சிந்தனையை மாற்றுவதன் மூலம், உங்களை எந்தவொரு காரணத்திற்காகவும் மகிழ்ச்சியற்றவராக உணர வைக்கின்ற விஷயங்களைக் களைந்தெறிவதற்கு நீங்கள் ஒரு நேர்மறையான உந்துதலை அளிக்கிறீர்கள். கருமேகங்களின் விளிம்புகளிலிருந்து எட்டிப் பார்க்கின்ற ஒளிக்கீற்றுகளை உற்று நோக்குங்கள். "கும்மிருட்டாக இருக்கின்றபோதுதானே மனிதன் நட்சத்திரங்களைப் பார்க்கிறான்?" என்று எமர்சன் கூறியிருக்கிறார்.

பூஜ்ஜிய அடிப்படையிலான சிந்தனை

எண்ணற்ற மக்கள் பெரும்பாலான நேரங்களில் கவலையோடும் பதற்றத்தோடுமே வாழ்ந்து வருகின்றனர். இந்த மனப்போக்கை அவர்கள் பெரும்பாலும் தங்களுடைய பெற்றோரிடமிருந்தே கற்றுக் கொள்கின்றனர். அதிர்ஷ்டவசமாக, உங்களுடைய கவலைகளில் 99 சதவீதம் நிஜமாவதில்லை. இன்னும் சொல்லப் போனால், நீங்கள் எந்த விஷயங்களைப் பற்றி ஒருபோதும் கவலைப்படாமல் இருந்தீர்களோ அவைதாம் உங்களுடைய மகிழ்ச்சியின்மைக்குப் பெருமளவுக்குக் காரணமாக அமைகின்றன.

உங்களுடைய வாழ்க்கையின் ஒவ்வோர் அம்சத்திலும் 'பூஜ்ஜிய அடிப்படையிலான சிந்தனை' என்ற உத்தியை நீங்கள் கடைபிடிப்பது, கவலையையும் எதிர்மறை உணர்வுகளையும் ஒழித்துக்கட்டுவதற்கான சிறந்த வழியாகும். "நான் முன்பு செய்திருந்த ஒரு காரியத்தின் விளைவு என்ன என்பதை இப்போது நான் அறிவேன். அதை நான் செய்திருந்தபோது அது எனக்குத் தெரிந்திருக்காது. இப்போது நான் அறிந்துள்ளவற்றைக் கணக்கில் எடுத்துக் கொண்டு பார்க்கின்றபோது, அதே காரியத்தை இப்போது நான் செய்ய வேண்டியிருந்தால், அதை நான் செய்யாமலிருப்பேனா?" இப்படிப்பட்டச் சிந்தனைதான் பூஜ்ஜிய அடிப்படையிலான சிந்தனை என்று அழைக்கப்படுகிறது.

நீங்கள் தவறு செய்திருந்தீர்கள் என்பதை ஒப்புக் கொள்வதற்கும், இப்போது நீங்கள் அறிந்துள்ளவற்றை வைத்துப் பார்க்கின்றபோது, அதே காரியத்தைச் செய்ய வேண்டி வந்தால் அதை நீங்கள் மீண்டும் செய்யப் போவதில்லை என்று நீங்கள் முடிவெடுப்பதற்கும் பெரும் துணிச்சல் தேவை.

மக்கள் ஒரு முறை முடிவெடுத்துவிட்டால், அந்த யோசனையை விடாப்பிடியாகப் பிடித்துத் தொங்கிக் கொண்டு, எந்த விலை கொடுத்தாவது அதைச் செய்து முடிக்கத் தயாராக இருக்கின்றனர். "எடுத்தக்

காரியத்தை முட்டாள்தனமாகப் பிடித்துத் தொங்கிக் கொண்டிருப்பது அற்ப மனங்களின் குறளிவித்தைத்தனம்," என்று எமர்சன் வர்ணிக்கிறார். கடந்தகாலத்தில் நீங்கள் சரியான தீர்மானத்தை மேற்கொள்ளவில்லை என்று ஒப்புக் கொள்வது பலமே அன்றி, பலவீனமல்ல. புதிய தகவல்களின் அடிப்படையில் உங்களுடைய மனத்தை மாற்றிக் கொள்கின்ற உரிமையை எப்போதும் நீங்கள் உங்களிடம் வைத்திருக்க வேண்டும்.

மீண்டும் ஒரு முறை அதேபோன்ற சூழ்நிலைக்குள் காலடி எடுத்து வைக்கப் போவதில்லை என்ற முடிவுக்கு நீங்கள் வந்தவுடன், "அதிலிருந்து நான் எப்படி விடுபடுவது, அதை எவ்வளவு விரைவாகச் செய்வது?" என்பதே உங்களுடைய அடுத்தக் கேள்வியாக இருக்க வேண்டும்.

ஒரு மோசமான சூழ்நிலையிலிருந்து விடுபடுவதற்கு அல்லது ஒரு பிரச்சனையைத் தீர்ப்பதற்குத் தேவையான நடவடிக்கைகளில் இறங்குவது என்று நீங்கள் முடிவு செய்த உடனேயே உங்களுடைய மன அழுத்தம் மாயமாய் மறைந்துவிடும். முடிவெடுக்க முடியாமையால் விளைகின்ற செயலற்றத்தன்மை, ஒரு சூழ்நிலை தொடர்பான மன அழுத்தத்தை உருவாக்குகிறது. உங்களுடைய வழி தெளிவாகின்றபோது, உங்களுக்குப் பெரும் மன நிம்மதி ஏற்படுகிறது.

நேர்மறையாகவும் ஆக்கபூர்வமாகவும் சிந்தியுங்கள்

உங்கள் மனம் அசாதாரணமானது. அதை நீங்கள் பயன்படுத்துகின்ற விதத்தைப் பொறுத்து, உங்கள் மனத்தால் உங்களை மகிழ்ச்சிப்படுத்தவும் முடியும், வருத்தப்பட வைக்கவும் முடியும். 'இழந்த சொர்க்கம்' என்ற தன்னுடைய உலகப்புகழ் பெற்றக் கவிதையில், ஜான் மில்டன் இவ்வாறு குறிப்பிட்டுள்ளார்: "மனத்தால் சொர்க்கத்தை நரகமாக்கவும் முடியும், நரகத்தைச் சொர்க்கமாக்கவும் முடியும்."

உங்களுடைய இந்த அபாரமான மனத்தை, உங்களுக்கு என்ன வேண்டும், நீங்கள் எங்குச் சென்றடைய

விரும்புகிறீர்கள் ஆகியவை குறித்து நேர்மறையான, ஆக்கபூர்வமான விதத்தில் சிந்திப்பதற்குப் பயன்படுத்திக் கொள்ளுங்கள்.

எந்தச் சூழ்நிலையையும் எதிர்மறையாகப் பார்க்கின்ற கண்ணோட்டத்தை இக்கணத்திலிருந்து விட்டுவிட நீங்கள் உறுதி பூணுங்கள். மாறாக, அவற்றிலிருந்து மதிப்புமிக்கப் படிப்பினைகளைப் பெற முயலுங்கள். ஒவ்வொரு பிரச்சனையையும் ஒரு சவாலாகவும் ஒரு வாய்ப்பாகவும் பாருங்கள். எல்லாவற்றுக்கும் மேலாக, உங்களுடைய முக்கியமான இலக்குகளைச் சாதிப்பதற்குத் தேவையான செயல்நடவடிக்கைகளில் உங்களை மூழ்கடித்துக் கொள்ளுங்கள். அப்படிச் செய்தால், எதைப் பற்றியும் கவலைப்படுவதற்கு உங்களுக்கு நேரம் இருக்காது.

தேடினால் கிடைக்கும்

அமெரிக்காவில், சுயமாகக் கோடீஸ்வரராக ஆன நபர்களில் பலரும் அந்தச் செல்வச்செழிப்பான நிலையை அடைவதற்கு முன், ஓரிரு முறை கிட்டத்தட்டத் திவாலாகியிருந்தனர். தங்களுடைய பழைய தவறுகளிலிருந்து அவர்கள் கற்றுக் கொண்டிருந்த படிப்பினைகளின் காரணமாகத்தான் அவர்களால் பெரும் செல்வத்தைக் குவிக்க முடிந்தது. அவர்களுடைய வாழ்க்கையின் ஒரு கட்டத்தில் அவர்கள் துவக்கியிருந்த தொழில்கள் தோல்வியடையாமல் இருந்திருந்தால், பின்னால் வெற்றி பெறுவதற்குத் தேவையான படிப்பினைகளை அவர்கள் பெற்றிருந்திருக்க மாட்டார்கள். அவர்கள் எதிர்கொண்டிருந்த திவால் நிலை அப்போது அவர்களுக்கு மிக அதிகமான மன உளைச்சலைக் கொடுத்திருந்திருக்கும் என்றாலும், அதில் வருங்காலச் செல்வத்திற்கான விதைகள் ஒளிந்திருந்தன.

சிலர் மோசமான திருமண உறவுகளைப் பல்லைக் கடித்துக் கொண்டு பொறுத்துக் கொண்டு ஓட்டி, ஒரு கட்டத்திற்கு மேல் அதைத் தொடர முடியாமல், கடுமையான மனக்கசப்புடன் அதை முறித்துக் கொள்கின்றனர். அதற்குப் பின்னர் அவர்களே வேறு ஒரு

சரியான ஜோடியைக் கண்டறிந்து மீண்டும் மணமுடித்துத் தங்களுடைய எஞ்சிய வாழ்க்கை முழுவதையும் மகிழ்ச்சியுடன் கழித்திருக்கின்றனர்.

தற்போது மிகவும் மகிழ்ச்சியுடன் இருக்கின்ற தம்பதியர், தங்களுடைய முந்தைய முறிந்து போன மணவாழ்க்கையைத் திரும்பிப் பார்க்கின்றபோது, ஒரு சமயத்தில் அவர்கள் எதிர்கொண்டிருந்த கசப்பான அனுபவங்கள் காரணமாக, நல்லவிதமான உறவு அவர்களுடைய வாழ்க்கையை எட்டிப் பார்த்தபோது அதை அவர்களால் வெகுவாக மெச்ச முடிவதை உணர்ந்துள்ளனர். தாங்கள் தங்களுடைய முந்தைய மோசமான உறவில் நீடித்திருந்தால், நீண்டகாலத்திற்குத் தாங்கள் மகிழ்ச்சியற்று இருந்திருப்போம் என்பதையும் அவர்கள் ஒப்புக் கொள்கின்றனர்.

வலியும் துன்பமும்

மனிதர்கள் துன்பத்திலிருந்து மட்டுமே கற்றுக் கொள்வதுபோலத் தெரிகிறது. வலி என்பது தவிர்க்கப்பட முடியாதது. துரதிர்ஷ்டவசமாக, மக்கள் வலியை அனுபவிக்கின்றபோது, அதிலிருந்து கிடைக்கின்ற படிப்பினையைக் கண்டுகொள்ளத் தவறிவிடுகின்றனர். அதன் காரணமாக, அந்த வலிக்கு இட்டுச் சென்ற அதே தவறுகளை அவர்கள் தங்களுடைய வாழ்க்கையில் மீண்டும் மீண்டும் செய்து கொண்டிருக்கின்றனர்.

குறிப்பாக, மக்கள் தங்களுடைய ஆரோக்கியம் குறித்துக் கொண்டிருக்கின்ற கண்ணோட்டம் இதற்கான பொருத்தமான எடுத்துக்காட்டு. பெரும்பாலான நேரங்களில், அவர்கள் ஒரு தீவிரமான நோய் அல்லது கடுமையான வலியால் அவதிப்படுகின்றவரை, தங்களுடைய ஆரோக்கியத்தின்மீது போதுமான அளவு அக்கறை காட்டுவதில்லை, அதற்கு நேரம் செலவழிப்பதும் இல்லை.

வாழ்க்கையில் மாற்றங்கள் தவிர்க்கப்பட முடியாதவை என்பதால், ஒரு பெரும் மாற்றம் நிகழ்கின்றபோது, ‘எல்லாம் நன்மைக்கே’ என்ற மனப்போக்கைப் பின்பற்றுவது

நல்லது. மாற்றங்களை, நல்ல உள்நோக்குகளையும் யோசனைகளையும் பயன்களையும் கொண்டிருக்கின்ற ஆசீர்வாதங்களாக நீங்கள் பார்க்கின்றபோது, அவற்றைப் பயன்படுத்தி வருங்காலத்தில் இன்னும் சிறப்பான வாழ்க்கையை உங்களால் உருவாக்கிக் கொள்ள முடியும்.

எதிர்ப்பும் ஏற்றுக் கொள்ளுதலும்

எந்த எதிர்ப்பாக இருந்தாலும் சரி, அது மன அழுத்தம், எதிர்மறை உணர்வு போன்றவற்றுக்கு இட்டுச் செல்லும். எதிர்ப்புக்கு எதிரானது ஏற்றுக் கொள்ளுதல். உங்களுடைய வாழ்வில் ஒரு மாற்றம் ஏற்பட்டுள்ளது என்பதை ஏற்றுக் கொண்டு முன்னே செல்வது இன்றியமையாதது.

உங்களுக்கு நிகழ்ந்துள்ள விஷயங்களை உங்களால் ஒருபோதும் மாற்ற முடியாது என்பதை ஏற்றுக் கொள்வது வெற்றிக்கான முக்கியமான விதிமுறைகளில் ஒன்று. ஒரு விஷயத்தை உண்மை என்று ஏற்றுக் கொள்வது, உங்கள்மீதும் உங்களுடைய உணர்ச்சிகள்மீதுமான உங்களுடைய கட்டுப்பாட்டை நிலைநிறுத்திக் கொள்வதற்கான முதற்படியாகும்.

ஒரு மோசமான சூழ்நிலையைக் கடந்து செல்ல முடியாமை, எண்ணற்ற மக்களைப் பல ஆண்டுகளாக இழுத்துப் பிடித்து வைக்கின்ற ஒரு தடைக்கல்லாக விளங்குகிறது. நீங்கள் கச்சிதமானவர் அல்லர், நீங்களும் தவறு செய்யக்கூடியவர்தாம் என்பதை ஏற்றுக் கொள்ளுதல் பக்குவமடைதலின் அடையாளமாகும். மோசமான பின்விளைவுகளுக்கு இட்டுச் சென்றுள்ள பல மோசமான தேர்ந்தெடுப்புகளையும் பல தவறான முடிவுகளையும் நீங்கள் எடுத்துள்ளீர்கள். அதனாலென்ன? எல்லோரும்தான் அதைச் செய்கின்றனர்.

பின்வருத்தங்களும் பழிபோடுதல்களும்

இருபத்தைந்து ஆண்டுகால அனுபவம் வாய்ந்த ஒரு மனநல மருத்துவர், இ.பி. ஒயிட் என்ற பத்திரிகையாளரிடம் இவ்வாறு கூறியிருந்தார். “என்னிடம் ஆலோசனைக்கு

வருகின்ற நபர்களிடமிருந்து நான் அதிகமாகக் கேட்கின்ற ஆதங்கம், 'இப்படி மட்டும் நடந்திருந்தால்!' என்பதுதான்." அந்த மனநல மருத்துவரிடம் வருகின்ற நோயாளிகள், தங்களுடைய சோகக் கதைகளையும் தாங்கள் நீண்டகாலமாக மகிழ்ச்சியில்லாமல் இருப்பதையும் கூறிவிட்டு, "நான் மட்டும் அந்த நடவடிக்கையில் இறங்காமல் இருந்திருந்தால், அந்தத் தீர்மானத்தை எடுக்காமல் இருந்திருந்தால், அந்த வேலையை ஏற்றுக் கொண்டிருந்தால், அந்த நிறுவனத்தில் முதலீடு செய்திருந்தால், அந்த நபரைத் திருமணம் செய்திருந்தால்..." என்று முடிப்பர். துரதிர்ஷ்டவசமாக, கடந்தகாலத்தில் நாம் செய்த தவறுகள் குறித்து நாம் கொண்டிருக்கின்ற பின்வருத்தங்கள், வருங்காலத்தில் குவிந்து கிடக்கின்ற வாய்ப்புகளை நமக்குச் சாதகமாகப் பயன்படுத்திக் கொள்வதிலிருந்து நம்மை இழுத்துப் பிடித்து வைத்துக் கொள்ளும்.

நீங்கள் பயன்படுத்திக் கொண்டிருக்கின்ற சொற்களஞ்சியத்திலிருந்து "இப்படி மட்டும் நடந்திருந்தால்!" என்ற வார்த்தைகளை நீக்கிவிடுவது உங்களுடைய மகிழ்ச்சிகரமான வாழ்க்கைக்கு உத்தரவாதம் அளிக்கும். உங்களுக்கு இதுவரை நடந்துள்ள அனைத்து விஷயங்களையும் அப்படியே ஏற்றுக் கொள்ளுங்கள். அவை மாற்றப்பட முடியாதவை. அவை துரதிர்ஷ்டவசமானவையாக இருந்திருக்கலாம், ஆனால் அவை நடந்து முடிந்துவிட்டன. அவை உங்கள் கடந்தகாலத்தின் ஓர் அங்கம்.

"உள்ளது உள்ளபடிதான்" என்ற கூற்றை நீங்கள் கேள்விப்பட்டிருக்கலாம். அதை உங்களுடைய குறிக்கோள் வாசகமாக ஆக்கிக் கொண்டு முன்னே நடைபோட்டுச் செல்லுங்கள்.

வருங்காலத்தைப் பற்றிச் சிந்தியுங்கள்

உங்களுடைய தனிப்பட்ட வாழ்க்கையிலும் சரி, தொழில்வாழ்க்கையிலும் சரி, உங்களுக்குப் பிடிக்காத மாற்றங்கள் அரங்கேறிக் கொண்டுதான் இருக்கும்.

அப்படி நிகழ்கின்றபோது, அவற்றுக்குப் பொறுப்பேற்றுக் கொண்டு, வருங்காலத்தின்மீது உங்கள் கவனத்தைக் குவித்து, உங்களுடைய இலக்குகளை அடைவதிலும் பிரச்சனைகளைத் தீர்ப்பதிலும் மூழ்குங்கள்.

உளவியல் மேதையான வில்லியம் ஜேம்ஸ், "துரதிர்ஷ்டங்களின் பின்விளைவுகளிலிருந்து மீண்டு வருவதற்கான முதற்படி, நடந்தவற்றை ஏற்றுக் கொள்வதாகும்," என்று கூறியுள்ளார். நீங்கள் ஒரு பலியாடு அல்ல என்பதை உங்களுக்கு நீங்களே நினைவுபடுத்திக் கொள்ளுங்கள். உங்களுடைய வாழ்க்கையையும் உங்களுடைய எதிர்காலத்தையும் உங்களுடைய முழுக் கட்டுப்பாட்டில் வைத்திருக்கின்ற, சுயசார்புடைய, தன்னம்பிக்கைமிக்க, பெருமைமிக்க ஒரு நபர் நீங்கள். உங்களால் எந்தவிதத்திலும் கட்டுப்படுத்த முடியாத, உங்களுடைய வாழ்க்கையில் நிகழ்ந்துள்ள விளைவுகள் குறித்து மன உளைச்சலில் உழன்று கொண்டிருக்க நீங்கள் ஒருக்காலும் இடம் கொடுக்காமல் இருக்க வேண்டும்.

இலாபமும் நஷ்டமும்

வாழ்க்கையில் மிகச் சிறந்த ஊக்குவிப்பாகச் செயல்படுவது இலாபத்தை ஈட்டுவதற்கான ஆசைதான். இரண்டாவது சிறந்த ஊக்குவிப்பு, இழப்பு குறித்தப் பயம். உளவியலாளர்களின் கருத்துப்படி, மக்கள் இலாபத்தைப் பெற விரும்புவதைவிட இரண்டரை மடங்கு அதிகமாக இழப்பு குறித்தப் பயத்தைக் கொண்டிருக்கிறார்கள். ஒரு விஷயத்தை அடைவது குறித்து மக்கள் ஓரளவு ஊக்குவிக்கப்படுகிறார்கள் என்றாலும், இழப்பு ஏற்படுகின்றபோது அவர்கள் முற்றிலுமாக உடைந்து போய்விடுகின்றனர்.

ஒரு மகிழ்ச்சியான உறவு, ஒரு நல்ல வேலை அல்லது ஒரு பாதுகாப்பான பொருளாதாரச் சூழலை நீங்கள் பெற்றிருந்து, ஏதோ ஒரு காரணத்தால் அதை இழந்துவிடுகிறீர்கள் என்று வைத்துக் கொள்வோம். அப்போது நீங்கள் துக்கத்தாலும் பின்வருத்தத்தாலும் பீடிக்கப்பட்டு, அதில் நீண்டகாலம் அமிழ்ந்து கிடப்பதை

நீங்கள் காண்பீர்கள். நீங்கள் அதை இழப்பதற்கு முன்பு நன்றாக இருந்ததைப்போலவே, வருங்காலத்தில் அது இல்லாமலும் நன்றாகவே இருப்பீர்கள் என்பதை நினைவில் வைத்துக் கொள்ள வேண்டும்.

சூழ்நிலையின் எதார்த்தம் எதுவாக இருந்தாலும் அதை ஏற்றுக் கொள்ளுங்கள். அதை எதிர்த்துப் போராட முனையாதீர்கள். “நான் மட்டும் அதை வேறு மாதிரியாகச் செய்திருந்தால், அந்த அபாக்கியமான சம்பவம் நிகழ்ந்திருக்காது!” என்று நீங்கள் உங்கள்மீதே பரிதாபம் கொள்ளாதீர்கள்.

இழப்பு, ஆற்றில் போடப்பட்டப் பணமாகவே இருந்துவிட்டுப் போகட்டும்

வணிகத்தில் ‘பேலன்ஸ் ஷீட்டில்’ பொதுவாக ‘மூழ்கிய பணம்’ என்றொரு வகை குறிப்பிடப்படுவதுண்டு. வணிகத்தில் ஏற்கனவே செலவிடப்பட்டுவிட்டப் பணம் அது. அது போனது போனதுதான். இவ்வகைச் செலவீனங்கள் மீட்டெடுக்கப்பட முடியாதவை. விளம்பரங்களுக்காகச் செலவிடப்பட்டப் பணம், இப்பொழுது பயன்படுத்தப்பட முடியாத நிலையில் இருக்கின்ற இயந்திரங்கள் வாங்குவதற்காகச் செலவிடப்பட்டப் பணம் போன்றவை இதற்கான எடுத்துக்காட்டுகள். உங்களுடைய தனிப்பட்ட வாழ்க்கையிலும் இதுபோன்ற பல ‘மூழ்கிய பணச்’ செலவுகள் இருக்கத்தான் செய்யும். நீங்கள் உங்களுடைய நேரம், பணம், உணர்ச்சிகள் போன்றவற்றை மக்கள், வேலை மற்றும் முதலீடுகளில் முதலீடு செய்வீர்கள். சில நேரங்களில் சில எதிர்பாராத பிரச்சனைகள் அல்லது தடைகளின் காரணமாக, உங்களால் எடுத்தக் காரியத்தைத் தொடர முடியாமல் போய், அதில் போடப்பட்டிருந்த அத்தனை முதலீடுகளும் வீணாகிவிடும்.

ஏற்கனவே போடப்பட்டிருந்த முதலீட்டை மீட்டெடுப்பதற்காக, மோசமான உறவு போன்றவற்றில் மேலும் மேலும் உங்களுடைய நேரத்தையும் முயற்சியையும் கொட்டுவது எந்தவிதத்திலும் பலனளிக்காது என்பதை

நீங்கள் ஏற்றுக் கொள்ள வேண்டும். அது போனது போனதுதான் என்று விட்டுவிட வேண்டும்.

"நான் தவறு செய்துவிட்டேன். நான் என் மனத்தை மாற்றிக் கொண்டுவிட்டேன்," என்று கூறுகின்ற துணிச்சலை நீங்கள் வளர்த்துக் கொள்கின்றபோது, உங்களுடைய கடந்தகாலத்தில் நடைபெற்றிருந்த துரதிர்ஷ்டவசமான நிகழ்வுகளை உங்களால் விட்டுத்தள்ள முடியும். உங்களுடைய தனிப்பட்ட வளர்ச்சியின் இயல்பான அங்கங்கள் என்று அவற்றை உங்களால் எடுத்துக் கொள்ள முடியும்.

இப்போது இதைச் செய்யுங்கள்

இப்போது உங்களுடைய வாழ்க்கையில் நீங்கள் எதிர்கொண்டுள்ள ஒரு பிரச்சனை அல்லது சவாலைத் தேர்ந்தெடுத்துக் கொள்ளுங்கள். அதை ஆழமாக அலசி, அதில் ஒளிந்துள்ள மதிப்புமிக்கதொரு படிப்பினையைக் கண்டுபிடியுங்கள். அதிலிருந்து உருவாகக்கூடிய சாத்தியமுள்ள மிக மோசமான விளைவு ஒன்றைக் கற்பனை செய்யுங்கள். அப்படி அது நிகழும் பட்சத்தில் அதை ஏற்றுக் கொள்வதென்று உறுதி பூணுங்கள். பின் அது மீண்டும் நிகழாதிருப்பதற்கு உங்களால் முடிந்த அனைத்தையும் செய்யுங்கள்.

8

துணிச்சலாகத் தாண்டிக் குதியுங்கள்

“முயற்சி செய்வதைக் கைவிடுவதைத் தவிர வேறு தோல்விகள் எதுவும் கிடையாது. அகரீதியாக உள்ளடங்கிவிடுவதைவிட வேறு பெரிய தோல்விகள் எதுவும் கிடையாது. குறிக்கோள் குறித்து நம்முள் இயல்பாக இருக்கின்ற பலவீனத்தைத் தவிர தாண்டப்பட முடியாத தடைகள் எதுவும் கிடையாது.”

- ஆரிசன் ஸ்வெட் மார்டென்

குட்டை முதலில் குளிர்ச்சியான நல்ல நீரோடுதான் இருக்கிறது. அதில் வசித்து வருகின்ற உயிரினங்கள் அதில் வசித்துப் பல்கிப் பெருகுவதற்கு ஏற்ற விதத்தில் அது இருக்கிறது. அப்படியிருக்கின்றபோது, ஏன் அழகான, ஆரோக்கியமான உயிரினங்களுக்குப் பதிலாக, எதிர்மறை உணர்ச்சிகளாகிய தவளை போன்ற அவலட்சணமான ஜந்துக்கள் அங்குத் தோன்றித் தழைக்கின்றன?

இதேபோலத்தான், ஒவ்வொரு குழந்தையும், தூய்மையான ஆற்றலுடனும், அசாதாரணமான மனிதனாக உருவாவதற்கான திறனுடனும், அற்புதமான விஷயங்களைச் செய்வதற்கான திறமையுடனும், வாழ்க்கை முழுவதும் செம்மையான ஆரோக்கியம், மகிழ்ச்சி மற்றும் செழிப்பைக் கொண்டிருப்பதற்கான இயல்புடனுமே இந்த

உலகிற்கு வந்து சேர்கிறது. இப்போதிருக்கின்ற மக்களால், முன்பு எப்போதும் இருந்ததைவிட அதிகமான காலம் வாழ முடியும். இது ஆண்டுக்கு ஆண்டு அதிகரித்துக் கொண்டுதான் போகிறதே ஒழிய, குறைந்து கொண்டு போகவில்லை.

குழந்தைகள் முழுமையான நன்னம்பிக்கையாளர்களாக, பயமற்றவர்களாக, சங்கோஜமற்றவர்களாக, ஆர்வமும் குறுகுறுப்பும் உள்ளவர்களாக, தங்களைச் சுற்றியுள்ளவற்றைத் தங்களுடைய ஐம்புலன்களைக் கொண்டு அறிந்து கொள்ளத் துடிப்பவர்களாகவே பிறக்கின்றனர்.

குட்டையை மாசுபடுத்துகின்ற இரண்டு முக்கியக் காரணிகள்

ஆனால், குழந்தைகள் தங்களுடைய இளமைக் காலத்தில் தங்களுடைய பெற்றோரின் தவறுகளால், அழிவுபூர்வமான விமர்சனங்கள், அன்பின்மை ஆகியவற்றை அனுபவிக்கத் துவங்குகின்றனர். இந்த இரண்டு அம்சங்களும், தனித்தனியாகவோ அல்லது சேர்ந்தோ, அக்குழந்தைகள் வளர்ந்து பெரியவர்களாக ஆகின்றபோது அவர்களுடைய மகிழ்ச்சியின்மைக்கு முக்கியப் பங்காற்றுகின்றன.

அழிவுபூர்வமான விமர்சனங்கள், மனிதர்கள் தங்களுடைய முழு ஆற்றலுடன் இயங்குவதற்கு எதிராகச் செயல்படுகின்ற மிகப் பெரிய தடைகளாக விளங்குகின்றன. அவை புற்றுநோய் மற்றும் இதயநோயைவிடக் கொடூரமானவை. இந்த இரண்டு நோய்களும் அவற்றால் அவதியுற்றுக் கொண்டிருக்கின்ற மனிதர்களை உருக்குலைத்து இறுதியில் அவர்களைச் சாகடித்துவிடுகின்றன. ஆனால் அழிவுபூர்வமான விமர்சனங்கள், மனிதனின் ஆத்மாவை அழித்தொழித்துவிடுகின்றன.

பெற்றோர் தங்களுடைய குழந்தைகளுக்கு அன்பைக் கொடுத்துப் பின்னர் அதைப் பறித்துக் கொள்வதன் மூலம் அவர்களைக் கட்டுப்படுத்த முயல்கின்றபோது, அது, அக்குழந்தைகளிடம் ஒருவிதமான பாதுகாப்பின்மை

உணர்வைத் தோற்றுவிக்கிறது. அப்பாதுகாப்பின்மை, சுயசந்தேகம், பதற்றம், கவலை, போதாமை உணர்வு, தகுதியின்மை உணர்வு, ஊக்கமிழப்பு, பிறருடைய எதிர்பார்ப்பிற்கு ஏற்றபடி வாழ முடியாமல் போய்விடுமோ என்ற பய உணர்வு, கச்சிதத்திற்காக மல்லுக்கட்டிக் கொண்டு இருத்தல், முரண்படத் தயங்குதல், திறந்த மனப்பான்மையின்மை போன்றவற்றை அக்குழந்தைகளிடம் உருவாக்குகிறது.

அழிவுபூர்வமான விமர்சனங்களோடு அன்பின்மையும் சேர்ந்து கொள்கின்றபோது, அக்குழந்தையின் உடல்ரீதியான மற்றும் உணர்ச்சிரீதியான நோயெதிர்ப்பு சக்தி பலவீனமாக்கப்படுகிறது. அக்குழந்தை வளர்ந்து பெரியவனாகின்றபோது, உடல்ரீதியான மற்றும் உணர்ச்சிரீதியான பல நோய்களின் தாக்குதலுக்கு உள்ளாகிறான். உடல்ரீதியாக, அதீதக் களைப்பு, காய்ச்சல், வயிற்றுப் பிரச்சனைகள் போன்ற நோய்களை அவன் சந்திக்கக்கூடும்.

உணர்ச்சிரீதியான பலவீனம், எளிதில் எதிர்மறை உணர்ச்சிகளுக்குப் பலியாகின்ற நிலையை அக்குழந்தைகளிடம் உண்டுபண்ணிவிடுகிறது. அக்குழந்தை வளர்ந்து பெரியவனாகின்றபோது, அவனிடம் தோன்றுகின்ற மகிழ்ச்சியின்மை, விரக்தி, மனச்சோர்வு போன்றவற்றுக்கு இந்த எதிர்மறை உணர்ச்சிகள் முக்கியக் காரணமாக அமைகின்றன.

பல ஆண்டுகளாக, கிறிஸ்டினா வயிற்றுவலியாலும் தலைவலியாலும் அவதிப்பட்டு வந்தார். தன்னுடைய வலியைக் குறைக்க அவர் என்னென்னவெல்லாமோ செய்து பார்த்தார். அவர் தன் உணவுமுறையை மாற்றிப் பார்த்தார், புதிய மருந்துகளை உட்கொண்டார், மன ஆலோசனைகளையும் நாடினார். பின் அவர் கண்டுபிடித்த ஒன்று, அவருடைய வாழ்க்கையை மாற்றியது. தான் நினைத்துக் கொண்டிருந்த அல்லது உணர்ந்து கொண்டிருந்த உண்மைகளை வெளியே சொல்லாமல் இருந்தபோது தனக்குத் தலைவலி வந்தது என்பதை அவர் கண்டறிந்தார். தனக்குச் சரியாகப் படாத ஒரு சூழ்நிலையைப் பொறுத்துக் கொண்டு இருந்தபோது, அல்லது ஆரோக்கியமற்ற ஓர் உறவில் தொடர்ந்து இருந்து

கொண்டிருந்தபோது தனக்கு வயிற்று வலி வந்தது என்பதையும் அவர் கண்டுபிடித்தார்.

தன்னைப் பற்றிய இந்த உண்மையை அவர் கண்டறிந்தவுடன், அவர் தன் உடல் தன்னிடம் எடுத்துக்கூறியதைக் கவனமாகக் கேட்டு, தன்னால் முடிந்தவரை உண்மையுடனும் போலித்தனமில்லாமலும் நடந்து கொள்ளத் துவங்கினார். அதற்குப் பிறகு அவருக்குத் தலைவலியும் வயிற்றுவலியும் எப்போதாவது வந்தாலும் ஒரு சில நிமிடங்களில் போய்விட்டன. அவற்றை, கிறிஸ்டினா, நினைவூட்டல்களாகப் பார்க்கத் துவங்கினார். நாம் அனைவருமே நம்முடைய உடல் நம்மிடம் கூறுவதைக் காது கொடுத்துக் கேட்க வேண்டும், நம்முடைய உணர்ச்சிகள் நம்மிடம் தெரிவிப்பது குறித்து நாம் விழிப்புணர்வுடன் இருக்க வேண்டும் என்பதைக் கிறிஸ்டினா கற்றுக் கொண்டார். சிலர் உணர்ச்சிரீதியாகத் தங்களுடைய வாழ்க்கை தடம் புரளும்போது அதை உடல்ரீதியாக உணர்வர். மனமும் உடலும் ஒன்றோடு ஒன்று பின்னிப் பிணைந்தவை. உங்களுக்கு எந்த அளவுக்கு உங்களுடைய உடல் குறித்த விழிப்புணர்வு இருக்கிறதோ, அந்த அளவுக்கு உங்களால் உங்களுடைய உணர்ச்சிரீதியான தேவையோடு இணக்கமாக நடந்து கொள்ள முடியும்.

இழப்பு மற்றும் விமர்சனம் குறித்தப் பயங்கள்

எண்ணற்ற எதிர்மறை உணர்ச்சிகள் இருக்கின்றன. அவற்றில் 99 சதவீதத்தை இரண்டு முக்கியப் பிரிவுகளுக்குள் அடக்கிவிடலாம். ஒன்று, தோல்வி குறித்தப் பயம்; மற்றொன்று, நிராகரிப்பு குறித்தப் பயம்.

மக்களிடம் தோல்வி குறித்தப் பயம், இழப்பு குறித்தப் பயமாக உருவெடுக்கிறது. குழந்தைகளாக இருக்கின்றபோது கடுமையாக விமர்சிக்கப்படுகின்றவர்கள் வளர்ந்து பெரியவர்களாக ஆகின்றபோது, தாங்கள் பணத்தை இழந்துவிடுவோமோ, ஆரோக்கியத்தைத் தொலைத்துவிடுவோமோ, பதவியை இழந்துவிடுவோமோ,

பாதுகாப்பை இழந்துவிடுவோமோ, பிறரின் அன்பை இழந்துவிடுவோமோ என்று பயப்படுகின்றனர். அவர்கள் தங்களுடைய வேலையில் எந்த அளவு உயர்ந்திருந்தாலும் சரி, தங்களிடமுள்ள அனைத்தும் பறிக்கப்பட்டு, தாங்கள் நடுத்தெருவுக்கு வந்துவிடுவோமோ என்று அஞ்சுகின்றனர்.

மக்களிடம் நிராகரிப்பு குறித்தப் பயம், விமர்சனம் குறித்தப் பயமாக உருவெடுக்கிறது. இப்பயம் சிலரிடம் மிகவும் அதீதமாக இருக்கும். மற்றவர்களுடைய எண்ணங்கள், வார்த்தைகள், அபிப்பிராயங்கள், பிறருடைய எதேச்சையான பார்வை ஆகியவை அவர்களை அதீதமாக உணர்ச்சிவசப்பட வைத்துவிடும். அதோடு, தாங்கள் யாரை ஈர்க்க ஆவலாக இருக்கிறோமோ அவர்களுடைய அங்கீகாரத்தைத் தாங்கள் இழந்துவிடுவோமோ என்றும் மக்கள் பயப்படுகின்றனர். பிறர் தங்களுக்கு அளிக்கின்ற மரியாதைக்குப் பெரும் முக்கியத்துவம் கொடுக்கின்ற நபர்கள், தங்களுக்குக் கிடைத்துக் கொண்டிருக்கின்ற மரியாதையைத் தாங்கள் இழந்துவிடுவோமோ என்று அஞ்சுகின்றனர். இத்தகைய மக்கள், பிறர் முன்னால் தாங்கள் எள்ளி நகையாடப்படுவோமோ, அவமானப்படுத்தப்படுவோமோ என்று பயப்படுகின்றனர். நிராகரிப்பு குறித்தப் பயம்தான், பலர் முன்னால் பேசுவதற்கான பயத்திற்கான ஆணிவேராக இருக்கிறது.

நாங்கள் நடத்துகின்ற கருத்தரங்குகளில், பங்கேற்பாளர்களின் வாழ்க்கையில் பயம் வகிக்கின்ற பாத்திரத்தை அறிந்து கொள்வதற்காக, பின்வரும் இரண்டு கேள்விகளை நாங்கள் அவர்களிடம் கேட்கிறோம்:

கேள்வி 1: இன்று நீங்கள் பொருளாதாரச் சுதந்திரம் பெற்றுள்ள ஒரு நபராக இருந்தால், உங்கள் வாழ்க்கையில் எதை நீங்கள் வித்தியாசமாகச் செய்வீர்கள்?

உங்கள் வாழ்நாள் முழுவதும் நீங்கள் எவ்வளவுதான் செலவழித்தாலும் காலியாகாத அளவு உங்களிடம் பணம் கொட்டிக் கிடந்தால், நீங்கள் உங்கள் வாழ்க்கையில் பெரும் மாற்றங்களை ஏற்படுத்துவீர்கள் என்பதில் சந்தேகம் இருக்க முடியாது.

மக்கள் தங்களுடைய பயங்களுக்கு ஈடுகொடுக்கின்ற விதத்தில்தான் தங்களுடைய வாழ்க்கையை வடிவமைக்கின்றனர். பெரும்பாலான மக்கள், பாதுகாப்பைக் கருத்தில் கொண்டு, தங்களுடைய உண்மையான திறமைக்குத் தீனி போடுவதைவிடக் குறைந்த வேலைகளை ஏற்றுக் கொள்கின்றனர். தனியாக இருப்பதற்குப் பயந்து, மகிழ்ச்சியற்று இருந்தாலும் பரவாயில்லை என்று கருதி மோசமான உறவுகளில் ஒட்டிக் கொண்டு காலத்தைத் தள்ளிக் கொண்டிருக்கின்றனர். தங்களை ஒருபோதும் விமர்சிக்கவோ அல்லது அவமானப்படுத்தவோ மாட்டார்கள் என்று தாங்கள் உறுதியாக நம்புகின்ற விட்டேத்தியான நபர்களையே பலர் தங்களுடைய நண்பர்களாகத் தேர்ந்தெடுத்துக் கொள்கின்றனர்.

கேள்வி *2:* நீங்கள் கண்டிப்பாகத் தோற்க மாட்டீர்கள் என்ற உத்தரவாதம் இருக்கும் பட்சத்தில் நீங்கள் காணக்கூடிய ஒரு மாபெரும் கனவு எதுவாக இருக்கும்?

நீங்கள் எப்படிப்பட்ட இலக்கை வேண்டுமானாலும் தேர்ந்தெடுத்துக் கொள்ளலாம் என்றும், அதில் நீங்கள் கண்டிப்பாக வெற்றி பெறுவீர்கள் என்றும் உங்களுக்குக் கூறப்படுகிறது என்று வைத்துக் கொள்வோம். அப்போது உங்களுக்காக நீங்கள் தேர்ந்தெடுத்துக் கொள்ளக்கூடிய இலக்கு எதுவாக இருக்கும்?

தங்களை இழுத்துப் பிடித்துக் கொண்டிருக்கின்ற விஷயங்களை அறிந்து கொள்ள மக்களுக்கு இக்கேள்வி உதவுகிறது. உங்களுக்கு வெற்றிக்கு உத்தரவாதம் கிடைக்கின்றபோது, நீங்கள் எதற்காகப் பிறந்தீர்களோ அதைச் செய்து முடிக்க, அதில் இதயபூர்வமாகக் குதிப்பீர்கள்.

முழுச் செயல்பாட்டுடன் இருக்கின்ற நபர்கள்

உளவியல்ரீதியாக முழுமை பெற்றுள்ள ஒருவரை, "முழுச் செயல்பாட்டுடன் இயங்கிக் கொண்டிருக்கின்ற

ஒரு நபர்" என்று பிரபல உளவியலாளர் கார்ல் ரோஜர்ஸ் அழைக்கிறார். அந்த நபர் மிக உயர்ந்து தன்னம்பிக்கையுடன் திகழ்வார், உச்சகட்ட மனநிறைவுடன் இருப்பார். அந்த நபர் தன்னைத் தற்காத்துக் கொள்வதற்கு ஒருபோதும் முனைய மாட்டார்.

அந்த நபர் பிறரிடம் தன்னை நியாயப்படுத்த முனைய மாட்டார்; தான் செய்துள்ள காரியங்களுக்குப் பிறரிடம் விளக்கம் அளிக்க வேண்டும் என்ற தவிப்பு அவரிடம் இருக்காது. அதே நேரத்தில், அவர் பிறருடைய அபிப்பிராயங்களைச் செவிமடுக்கத் தயங்க மாட்டார். ஆனால், தன்னுடைய வாழ்க்கையைத் தன் சொந்த விழுமியங்களின் அடிப்படையில், தான் தீர்மானிக்கின்ற முறையில் அவர் வாழ்ந்து வருவார். அந்த நபர் மகிழ்ச்சியானவராகவும், பழகுவதற்கு இனிமையானவராகவும், வசீகரமானவராகவும், முழுமையான ஆளுமை கொண்டவராகவும், நல்ல பக்குவம் அடைந்துள்ளவராகவும் விளங்குவார். பிறருக்குத் தான் எதையும் நிரூபிக்க வேண்டும் என்ற உணர்வு அவரிடம் இருக்காது. இந்த நிலையை அடைவதுதான் ஒவ்வொருவரின் இலக்காகவும் இருக்க வேண்டும்.

இப்போது இதைச் செய்யுங்கள்

நீங்கள் ஒரு வெற்றியாளராக, செல்வந்தராக, அதிகாரமிக்கவராக, பிரபலமானவராக இருப்பதாகக் கற்பனை செய்து கொள்ளுங்கள். உங்களுடைய அனைத்து இலக்குகளையும் நீங்கள் ஏற்கனவே அடைந்துவிட்டுள்ளதாகவும், பொருளாதாரச் சுதந்திரத்தைப் பெற்றுவிட்டதாகவும் நினைத்துக் கொள்ளுங்கள்.

உங்களால் எவ்வளவு சிறப்பான ஒருவராக ஆக முடியுமோ அந்த நபராக நீங்கள் ஆகிவிட்டுள்ளீர்கள் என்றால், அது குறித்து நீங்கள் எப்படி உணர்வீர்கள்? அப்போது நீங்கள் உங்களுடைய சக ஊழியர்களை, உங்களிடம் வேலை பார்ப்பவர்களை, பிறரை எவ்வாறு நடத்துவீர்கள்?

9

உங்களுடைய அவலட்சணமான தவளைக்கு விடைகொடுங்கள்

"மனிதன் தன்னிடம் இருக்கின்ற ஆற்றல் எத்தகையது என்பதையும் அதை வைத்துக் கொண்டு தன்னால் என்னவெல்லாம் செய்ய முடியும் என்பதையும், முயற்சி செய்யாமல் அறிந்து கொள்ள முடியாது."

- ரால்ஃப் வால்டோ எமர்சன்

உங்களால் தொட முடிகின்ற உச்சத்தைத் தொடவிடாதபடி உங்களை இழுத்துப் பிடித்து வைத்துக் கொண்டிருக்கின்ற விஷயங்களைப் பற்றி நாம் பேசுகின்றபோது, குற்றவுணர்வைப் பற்றியும் தகுதியின்மை உணர்வைப் பற்றியும் நாம் பேசியே ஆக வேண்டும். இந்த உணர்வுகளை எப்படித் தூக்கி எறிவது என்பதை நீங்கள் கற்றுக் கொள்ளாவிட்டால், வெற்றி மற்றும் மகிழ்ச்சியின்மை குறித்த உங்களுடைய அனைத்து நம்பிக்கைகளையும் கனவுகளையும் இவை தகர்த்துவிடும்.

குற்றவுணர்வு கற்றுக் கொள்ளப்படுகின்ற ஒன்று

குழந்தைகள் பிறக்கின்றபோது குற்றவுணர்வோடு பிறப்பதில்லை. பெரியவர்களாக வளர்ந்த பிறகு நீங்கள் கொண்டிருக்கின்ற அனைத்துக் குற்றவுணர்வும், நீங்கள்

வளர்ந்து கொண்டிருந்த சமயத்தில், உங்களுடைய பெற்றோரால், உடன் பிறந்தோரால், மற்றும் பிறரால் உங்களுக்குக் கற்றுக் கொடுக்கப்பட்டவையே. குற்றவுணர்வு என்பது கற்றுக் கொள்ளப்படுகின்ற ஒன்றாக இருக்கின்ற காரணத்தால், அதைக் களைந்தெறிவதும் சாத்தியமே.

குற்றவுணர்வு என்பது பரம்பரை பரம்பரையாக அடுத்தத் தலைமுறைக்குக் கடத்தப்படுகிறது. தங்களுடைய பெற்றோர் குற்றவுணர்வைத் தங்களிடம் பயன்படுத்தியிருந்த காரணத்தால், உங்களுடைய பெற்றோர் அதை உங்களிடம் பயன்படுத்துகின்றனர். அது அவர்களுடைய இயல்பு வாழ்க்கையோடு ஒன்றிணைந்துவிடுவதால், தாங்கள் குற்றவுணர்வைப் பயன்படுத்திக் கொண்டிருக்கிறோம் என்ற பிரக்ஞைகூட அவர்களுக்கு இருப்பதில்லை.

சில குழுக்கள் மக்களைக் கட்டுப்படுத்தக் குற்றவுணர்வைப் பயன்படுத்துகின்றன. அவை, உணர்ச்சிகளை மழுங்கடிக்கக் குற்றவுணர்வைத் திட்டமிட்ட முறையில் பயன்படுத்தி, மக்களுடைய ஆளுமைகளைச் சிதைத்து, அவர்களைத் தம்முடைய கட்டுப்பாட்டிற்குள் கொண்டுவருகின்றன.

பிறரைத் தங்களுடைய கைப்பாவைகளாக ஆக்குதல்

குற்றவுணர்வு திட்டமிட்ட முறையில் வேண்டுமென்றே பயன்படுத்தப்படுகின்றபோது, அது இரண்டு நோக்கங்களுக்காகப் பயன்படுத்தப்படுகிறது. ஒன்று, பிறரைத் தங்களுடைய கைப்பாவைகளாக ஆக்கிக் கொள்வதற்கு; மற்றொன்று, பிறரைக் கட்டுப்படுத்துவதற்கு. பல நூற்றாண்டுகளாக, பிறரை ஏதாவது ஒன்றைக் குறித்துக் குற்றவுணர்வு கொள்ள வைக்க முடிந்தால், அவர்களுடைய உணர்வுகளை எளிதாகக் கட்டுப்படுத்த முடியும் என்பதை மக்கள் அறிந்து வைத்திருந்தனர். ஒருவரால் பிறருடைய உணர்வுகளைக் கட்டுப்படுத்த முடிந்தால், அவர்களைத் தங்களுடைய கைப்பாவைகளாக ஆக்கிக் கொள்ள முடியும்; தாங்கள் விரும்பியவற்றை அவர்களைச் செய்ய வைக்க முடியும் அல்லது செய்யாமல் இருக்க வைக்க

முடியும். இந்த முறையில் ஒருவரை அகரீதியாக வீழ்த்தி, அவர்களுடைய எதிர்ப்புகளை மழுங்கடித்து, தங்களுக்குக் கட்டுப்பட்டவர்களாக அவர்களை ஆக்க முடியும்.

அழிவுபூர்வமான விமர்சனங்கள் மற்றும் அன்பின்மை காரணமாக, குழந்தைகள் குற்றவுணர்வுக்கு எளிதாகப் பலியாகிவிடுகின்றனர். அதோடு, குழந்தைகளிடம், "நீங்கள் உருப்பட மாட்டீர்கள்," "நீங்கள் முட்டாள்கள்," "உங்களால் எங்களுக்கு ஏமாற்றமே மிஞ்சுகிறது," என்றெல்லாம் கூறினால், அவர்கள் தங்களிடம் தகுதியின்மை உணர்வை வளர்த்துக் கொள்கின்றனர்.

நல்லதற்கோ கெட்டதற்கோ

குழந்தைகள் வளர்ந்து கொண்டிருக்கின்றபோது, அவர்கள் தொடர்ந்து விமர்சிக்கப்பட்டுக் கொண்டே இருந்தால், ஒரு கட்டத்தில் அவர்கள் தங்களைத் தாங்களே விமர்சிக்கத் தொடங்கிவிடுவர். இந்த சுயவிமர்சனம், பிறரோடு தங்களை எதிர்மறையான விதத்தில் ஒப்பிடுவதாக வெளிப்படும். தங்களைச் சுற்றியுள்ள மக்கள் அனைவரும் – அது விளையாட்டுத் தளமாகட்டும், படிப்பாகட்டும், அல்லது சமூக நடவடிக்கைகளாகட்டும் – தங்களைவிட மேம்பட்டவர்களாக இருப்பதாகவே அவர்கள் கருதுவர். அவர்களிடம் தாழ்வு மனப்பான்மை இருக்கும் என்பதால், ஏதாவது ஒரு பகுதியில் யாராவது ஒருவர் தங்களைவிட மேம்பட்ட விதத்தில் எதையாவது செய்துவிட்டால், அவர்கள் தங்களைவிடச் சிறப்பானவர்கள் என்ற முடிவுக்கும் இவர்கள் வந்துவிடுவர்.

குற்றவுணர்வுடைய மக்கள் தங்களை எதிர்மறையாகப் பிறருடன் ஒப்பிட்டுவிட்டு இப்படிப்பட்ட முடிவுக்கு வந்துவிடுவர்: "ஒருவர் என்னைவிட மேம்பட்ட விதத்தில் செயல்படுகிறார் என்றால், அவர் என்னைவிட அதிகத் தகுதியானவராக இருக்க வேண்டும். அப்படியெனில், நான் அவரைவிடத் தகுதிக் குறைவானவனாக இருக்க வேண்டும்."

இக்காரணத்தால், தீவிரக் குற்றவுணர்வு, தகுதியின்மை உணர்வுக்கு இட்டுச் செல்லும். தன்னைத் தகுதியற்றவராக

ஒருவர் உணர்கின்றபோது, பாதுகாப்பின்மை, அவநம்பிக்கை, கோபம், அதிருப்தி ஆகிய உணர்வுகள் அவரை ஆட்கொள்கின்றன. எடுத்துக்காட்டாக, சிறைக்கைதிகளில் பெரும்பாலானோரிடம் துளிகூடப் பொறுப்புணர்வு இருப்பதில்லை; அவர்களுடைய சுயமதிப்பும் அதலபாதாளத்தில் இருக்கிறது. அவர்களில் பலர், தாங்கள் சிறுவர்களாக இருந்தபோது தங்களுடைய பெற்றோர், “நீ வாழ்க்கையில் ஒருபோதும் உருப்படப் போவதில்லை. என்றாவது ஒரு நாள் நீ சிறைக்குச் செல்லப் போகிறாய்,” என்று தங்களிடம் கூறியதை நினைவுகூர்கின்றனர்.

பலிகடாவாக ஆக்கப்பட்ட உணர்வு

குற்றவுணர்வு உள்ள மக்களுக்கு, தாங்கள் பலிகடாக்களாக ஆக்கப்பட்டுவிட்டோம் என்ற உணர்வு வெகுவிரைவில் ஏற்பட்டுவிடுகிறது. இந்த உணர்வு, “நான் போதுமானவன் அல்லன்,” என்ற வார்த்தைகளின் வழியாக வெளிப்படுத்தப்படுகிறது. இப்படிப்பட்ட நபர்கள் எப்போதும் தங்களைப் பிறருடன் ஒப்பிட்டு, “நான் அவ்வளவு புத்திசாலி அல்லன்,” “நான் அவ்வளவு திறமைசாலி அல்லன்,”நான் அவ்வளவு தகுதியானவன் அல்லன்,” “என்னால் இதைச் செய்ய முடியாது!” என்றெல்லாம் கூறுகின்றனர்.

இப்போது இதைச் செய்யுங்கள்

உங்களுடைய தேவைகளைக் கவனிப்பதற்கு முன்பாக, நீங்கள் வேறு ஒருவருடைய தேவையைக் கவனித்துக் கொள்ள வேண்டும் என்ற எண்ணத்தைக் குற்றவுணர்வு உங்களிடம் தோற்றுவிக்கும். ஒரு முடிவெடுப்பதற்கு முன்னால் பிறருடைய அனுமதியையோ அல்லது அவர்களது அங்கீகாரத்தையோ நாட வேண்டும் என்ற உணர்வு உங்களிடம் துளிர்க்கும். நீங்கள் குற்றவுணர்வு கொள்ள வாய்ப்பிருக்கின்ற ஒரு சூழ்நிலையை

ஊகித்து, இப்போதே அதற்கு ஓர் எல்லையை வகுத்துக் கொள்ளுங்கள்.

எடுத்துக்காட்டாக, முன்பெல்லாம், கிறிஸ்டினாவின் கணவர் கலந்து கொள்கின்ற சமூக நிகழ்வுகளில், தன்னுடன் கிறிஸ்டினாவையும் அழைத்து வருவதாக வாக்குக் கொடுத்திருந்தால், கிறிஸ்டினா, தனக்கு அது அசௌகரியமாக இருந்தாலும்கூட அதில் பங்கேற்றுக் கொண்டிருந்தார். தான் போகாமல் இருப்பது என்பது தன்னுடைய சுயதேவைகளுக்குத் தான் முன்னுரிமை கொடுப்பதாக ஆகிவிடும் என்ற குற்றவுணர்வின் காரணமாகவே தான் தன் கணவரின் போக்குக்கு வளைந்து கொடுத்துக் கொண்டிருந்தோம் என்பது அவருக்குப் பின்வருத்தத்தைக் கொடுத்தது. இப்போதெல்லாம் அவர் முன்னதாகவே ஓர் எல்லையை வகுத்துக் கொள்ளத் தொடங்கியுள்ளார். தன் கணவர் ஒரு நிகழ்ச்சிக்குத் தன்னை அழைத்துச் செல்ல விரும்பினால், அது குறித்தத் தன் விருப்பதைத் தன் கணவர் முதலில் தன்னிடம் கேட்டுவிட வேண்டும் என்று கிறிஸ்டினா தன் கணவரிடம் கூறிவிட்டார். இந்த முறையைப் பின்பற்றுகின்றபோது, கணவன் மனைவி இருவருமே பரஸ்பரம் மற்றவருடைய தீர்மானத்தை மதிப்பதற்கு வழி ஏற்பட்டுவிடுகிறது. அதோடு, கிறிஸ்டினாவுக்குக் குற்றவுணர்வு ஏற்படுவது தவிர்க்கப்படுகிறது.

பலிகடாக்களின் மொழியைப் பயன்படுத்துவதைத் தவிருங்கள்

குற்றவுணர்வு, தகுதியின்மை உணர்வு, தாழ்வு மனப்பான்மை போன்ற உணர்வுகளை மக்கள் தங்களிடம் வளர்த்துக் கொண்டுவிட்டால், அவர்கள் பலிகடாக்களின் மொழியைப் பயன்படுத்தி அதைத் தொடர்ந்து உறுதிப்படுத்துகின்றனர். உங்களைப் பற்றி நீங்கள் சிந்திக்கின்ற மற்றும் உணர்கின்ற விதத்தில் 95 சதவீதம், நீங்கள் உங்களிடம் மேற்கொள்கின்ற சுயபேச்சின் அடிப்படையில்தான் தீர்மானிக்கப்படுகின்றது. தங்களைப் பலிகடாக்களாக உணர்கின்ற, குற்றவுணர்வால் வாடிக்

கொண்டிருக்கின்ற மக்களின் சுயபேச்சில், பிறரைப் பற்றிய விமர்சனங்கள், புகார்கள் மற்றும் குற்றம் சாட்டுதல்கள் நிறைந்திருக்கும்.

அவர்கள் தங்களுடைய தொழில்வாழ்க்கையிலும் சரி, தனிப்பட்ட வாழ்க்கையிலும் சரி, "நான் முயற்சிக்கிறேன்," "என்னால் முடிந்த அளவு சிறப்பாகச் செய்ய முயல்கிறேன்," என்று கூறுவர். முன்கூட்டியே தோல்வியுறுவதை எதிர்பார்த்து அதற்குக் கூறுகின்ற வெறும் சாக்குப்போக்குகள்தாம் அவை. இந்த வார்த்தைகளை மக்கள் எப்போதெல்லாம் கூறுகிறார்களோ அப்போதெல்லாம், அவர்கள் தோல்வியுறப் போகிறார்கள் என்பதையும் ஏமாற்றத்தை அளிக்கப் போகிறார்கள் என்பதை நீங்கள் அறிவீர்கள். அதை அவர்களும் அறிவார்கள். ஸ்டார் வார்ஸ் திரைப்படத்தில் வருகின்ற 'யோடா' என்ற கதாபாத்திரம், "ஒன்று இதைச் செய் அல்லது செய்யாமல் போ! ஆனால் முயற்சி செய்கிறேன் என்று மட்டும் கூறிவிடாதே!" என்று கூறும்.

விமர்சித்தலும் குறை கூறுதலும் பலிகடாக்களின் மொழியும்கூட. நீங்கள் ஒருவரைப் பற்றி விமர்சிக்கின்றபோதோ அல்லது அவரைப் பற்றிக் குறை கூறுகின்றபோதோ, நீங்கள் யாரை விமர்சிக்கிறீர்களோ அல்லது யார்மீது குறை கூறுகிறீர்களோ அவர்களுடைய பலிகடாக்களாக நீங்கள் உங்களை வரித்துக் கொள்கிறீர்கள்.

தங்களைப் பலிகடாக்களாக நினைத்துக் கொள்பவர்கள் தொடர்ந்து சாக்குப்போக்குகளைக் கூறி வருவர். தாங்கள் ஒரு காரியத்தில் இறங்காமல் இருப்பதற்கு, இலக்குகளை நிர்ணயிக்காமல் இருப்பதற்கு, குறித்த நேரத்திற்கு ஓரிடத்திற்குச் செல்லாமல் இருப்பதற்கு, தாங்கள் எடுத்துக் கொண்டுள்ள பொறுப்புகளை நிறைவேற்றாமல் இருப்பதற்கு, தங்களிடம் ஒப்படைக்கப்பட்ட வேலையைச் செய்யாமல் இருப்பதற்கு, சாக்குப்போக்குகளையும், அவற்றை நியாயப்படுத்துகின்ற விளக்கங்களையும் கூறுவர். அவர்கள் எப்போதும் தங்களைப் பலிகடாக்களாகவே பார்ப்பர். அவர்களைப் பொறுத்தவரை, எதுவும் அவர்களுடைய குற்றம் கிடையாது!

குற்றவுணர்விலிருந்து உங்களை விடுவித்துக் கொள்ளுங்கள்

உங்களுடைய சிறுவயதிலிருந்தே உங்களிடம் படிந்து போயுள்ள குற்றவுணர்வை, கீழ்க்கண்ட நான்கு வழிகளைப் பயன்படுத்தி முற்றிலுமாக அகற்றிவிட முடியும்.

1. எக்காரணத்திற்காகவும் உங்களை விமர்சிக்காதீர்கள்

இக்கணத்திலிருந்து எக்காரணத்திற்காகவும் உங்களை விமர்சிப்பதில்லை என்று உறுதியெடுத்துக் கொள்ளுங்கள். உங்களைப் பற்றிய எந்த விஷயங்கள் உண்மையாக இருக்கக்கூடாது என்று நீங்கள் விரும்புகிறீர்களோ அவற்றைப் பற்றி ஒருபோதும் பேசாதீர்கள். உங்களுடைய சுயபேச்சும் உங்களுடைய நம்பிக்கையும்தாம் உங்களுடைய சொல்லகராதியில் இருக்கின்ற வார்த்தைகளிலேயே சக்திமிக்கவை என்பதை ஒருபோதும் மறக்காதீர்கள். அவை எப்போதும் நேர்மறையானவையாகவும் உற்சாகமூட்டுபவையாகவும் இருக்குமாறு பார்த்துக் கொள்ளுங்கள்.

"எனக்கு என்னைப் பிடிக்கும்!", "என்னால் இதைச் செய்ய முடியும்!", "நான் பொறுப்பானவன்!" போன்றவை உங்களுக்கு நீங்களே கூறிக் கொள்ளக்கூடிய சிறப்பான வாக்கியங்களுக்கான சில எடுத்துக்காட்டுகள். இப்படிப்பட்ட சுயபிரகடனங்களைக் கூறிக் கொண்டே, உங்களால் எதிர்மறை உணர்வோடோ அல்லது குற்றவுணர்வோடோ இருக்க முடியாது.

2. எக்காரணத்திற்காகவும் எவரையும் விமர்சிக்காதீர்கள்

அழிவுபூர்வமான விமர்சனங்களை உங்களுடைய சொல்லகராதியிலிருந்து நிரந்தரமாக நீக்கிவிடுங்கள். "இவர் வாயிலிருந்து ஒருபோதும் ஊக்கமிழக்கச் செய்கின்ற வார்த்தைகள் வராது!" என்று கூறப்படுகின்ற ஒரு நபராக ஆகிவிடுங்கள்.

எப்போதும் பிறரிடம் நேர்மறையான அம்சங்களைத் தேடிக் கொண்டிருப்பதை ஒரு பழக்கமாக ஆக்கிக்

கொள்ளுங்கள். நீங்கள் யாரிடம் அப்படிப்பட்ட அம்சங்களைக் கண்டுபிடிக்கிறீர்களோ அதைப் பற்றி அவர்களிடம் பேசுங்கள். காரணம் எதுவாக இருந்தாலும், நீங்கள் பிறரிடம் நல்ல வார்த்தைகளைக் கூறும்போதெல்லாம், அவர்களின் சுயமதிப்பை நீங்கள் உயர்த்துகிறீர்கள். நீங்கள் பிறருடைய சுயமதிப்பை உயர்த்துகின்றபோது, உங்களுடைய சொந்தச் சுயமதிப்பும் அதே அளவுக்கு உயர்கிறது.

3. எக்காரணத்திற்காகவும் குற்றவுணர்வைப் பிறர்மீது பயன்படுத்தாதீர்கள்

குற்றவுணர்வை உங்களுடைய சொல்லாடலிலிருந்து முற்றிலுமாக நீக்கிவிடுங்கள். அதை நீங்கள் உங்களுடைய குடும்பத்தாரிடமும் உங்களுடைய நண்பர்களிடமும் பயன்படுத்தாதீர்கள். பிறர் செய்திருந்த அல்லது செய்யாமல் விட்டிருந்த விஷயங்களின் காரணமாக அவர்கள் குற்றவுணர்வால் தவிக்கும்படி ஒருபோதும் செய்துவிடாதீர்கள்.

பிறர்மீது நீங்கள் சொரிகின்ற நிபந்தனையற்ற அன்பும், அவர்களை அப்படியே ஏற்றுக் கொள்ளுதலும்தான், அவர்களுக்கு நீங்கள் அளிக்கக்கூடிய மிக உயர்ந்த பரிசாகும். அவர்கள் செய்கின்ற அல்லது செய்யாமல் இருக்கின்ற காரியங்களுக்காக அவர்களை விமர்சிக்காமல் இருத்தல் அது. நீங்கள் அவர்களைப் பாராட்டலாம், அவர்களை ஏற்றுக் கொள்ளலாம்; குறைந்தபட்சம், மௌனமாக இருக்கலாம்.

4. பிறருடைய குற்றவுணர்வுக்குக் கைப்பாவையாக ஆகிவிடாமல் பார்த்துக் கொள்ளுங்கள்

இக்கணத்திலிருந்து எக்காரணத்திற்காகவும் உங்களைக் குற்றவுணர்வு கொள்ள வைக்கின்ற எந்த முயற்சியையும் உடனடியாக நிராகரிப்பதென்று உறுதி பூணுங்கள்.

உங்களுடைய அம்மாவோ அல்லது அப்பாவோ உங்களிடம் குற்றவுணர்வைத் தூண்டிவிட முயன்றால், அவர்களிடம் நேரடியாக, "நீங்கள் என்னிடம்

குற்றவுணர்வைத் தூண்ட முயல்கிறீர்களா?" என்று வெறுமனே கேட்டுவிட்டுச் சும்மா இருந்துவிடுங்கள்.

குற்றவுணர்வைப் பயன்படுத்தித் தாங்கள் பிறரைத் தங்களுடைய கைப்பாவைகளாக ஆக்க முயன்று கொண்டிருக்கிறோம் என்று எவரும் ஒத்துக் கொள்ள முன்வர மாட்டார்கள். அவர்கள், "கண்டிப்பாக இல்லை," என்று மறுக்கத்தான் முயல்வார்கள்.

அப்படித் தப்பித் தவறி அவர்கள், "ஆம்," என்று பதிலளித்தால், அவர்களிடம் நீங்கள், "ஆனால், அது இம்முறை வேலை செய்யப் போவதில்லை," என்று மட்டும் பதிலளியுங்கள்.

பிறருடைய குற்றவுணர்வைத் தங்களுக்குச் சாதகமாகப் பயன்படுத்திக் கொண்டிருக்கின்ற நபர்களிடம், அப்படிப் பாதிக்கப்பட்டவர்கள் நேரடியாக, இம்முறை இது வேலை செய்யப் போவதில்லை என்று கூறுகின்றபோது, அதன் விளைவுகள் வியப்பளிப்பவையாக இருக்கும். முதலில் அவர்கள் கோபப்படக்கூடும், குழப்பமடையக்கூடும். ஆனால், குற்றவுணர்வைப் பயன்படுத்துவது உங்களுடைய நடத்தையில் எந்தவிதமான தாக்கத்தையும் ஏற்படுத்தாமல் இருப்பதைப் பார்க்கின்றபோது, அவர்கள் மாறத் துவங்குவர். உங்களிடம் நேர்மறையாக உறவாடத் துவங்குவர். நீங்களே முயற்சி செய்து பாருங்கள்.

அனைத்துவிதமான எதிர்மறை உணர்ச்சிகளையும் ஒழித்துக்கட்டுவதுதான் உங்களுடைய வாழ்க்கையின் மாபெரும் இலக்காக இருக்க வேண்டும். "எனக்கு என்னைப் பிடிக்கும்!", "நான் பொறுப்பானவன்" ஆகியவை நேர்மறை உணர்ச்சிகளை உருவாக்குவதற்கான இரண்டு ஆற்றல்மிக்க வாக்கியங்களாகும்.

நீங்கள் உங்களை எவ்வளவு அதிகமாக நேசிக்கிறீர்களோ, அவ்வளவு அதிகமாகப் பொறுப்பேற்றுக் கொள்வீர்கள். அதேபோல, நீங்கள் எவ்வளவு அதிகப் பொறுப்பானவராக இருக்கிறீர்களோ, அவ்வளவு அதிகமாக நீங்கள் உங்களை நேசிப்பீர்கள். இந்த இரண்டும் ஒன்றையொன்று உறுதிப்படுத்திக் கொள்ளும், ஊக்குவித்துக் கொள்ளும்.

இப்போது இதைச் செய்யுங்கள்

உங்களுடைய குற்றவுணர்வைத் தனக்குச் சாதகமாகப் பயன்படுத்திக் கொள்கின்ற ஒரு நபரை நினைவுபடுத்திக் கொள்ளுங்கள். அடுத்த முறை அது நிகழ்கின்றபோது, அந்த எதிர்மறைப் போக்குக்கு அத்தோடு முற்றுப்புள்ளி வைத்துவிடுவதென்று உறுதி பூணுங்கள். முன்பே ஓர் எல்லையை வகுத்துக் கொள்வதன் மூலம் இதை உங்களால் செய்ய முடியும். எடுத்துக்காட்டாக, நீங்கள் ஒருவரைச் சந்திக்கின்றபோது அவர் உங்களுடைய நேரத்தை மதிக்காமல் பேசிக் கொண்டிருக்கிறார் என்று வைத்துக் கொள்வோம். அந்த நபருக்குப் பதினைந்து நிமிட முன்னெச்சரிக்கை கொடுங்கள். அந்த நேரம் முடிந்த பிறகு உங்களுக்கு வேறு வேலை இருப்பதாகவோ அல்லது நீங்கள் வேறு எங்கோ செல்லவிருப்பதாகவோ தெரிவியுங்கள். சரியாக அந்த நேரம் முடிந்தவுடன் கிளம்பிவிடுங்கள்.

உங்களுடைய குற்றவுணர்வைத் தங்களுக்குச் சாதகமாகப் பயன்படுத்திக் கொள்கின்ற ஒரு நபரின் செய்கையை உங்களால் வெற்றிகரமாக முறியடித்துவிட முடிந்தால், உங்கள் வாழ்க்கையில் இடம் பெற்றுள்ள அதேபோன்ற பிற நபர்களிடமும் அதேபோல நடந்து கொள்வதற்கான துணிச்சல் உங்களுக்கு வந்துவிடும்.

இப்படி உங்களுடைய குற்றவுணர்வைத் தங்களுக்குச் சாதகமாகப் பயன்படுத்திக் கொள்கின்ற நபர்களிடமிருந்து உங்களைப் பாதுகாத்துக் கொண்டு வலுவாக இருப்பதற்குச் சிறந்த வழி, முதலிலிருந்தே உங்களுடைய எல்லைகளைத் தெளிவாக வகுத்துக் கொள்வதுதான். பிறருடன் உறவாடுகின்றபோது எவை உங்களுக்கு உணர்ச்சிபூர்வமாக சௌகரியமாக இருக்கின்றன என்பதைக் கண்டுபிடியுங்கள். அப்படி நீங்கள் செய்கின்றபோது, முதலில் மக்கள் உங்களைச் சோதிக்கக்கூடும். இறுதியில் உங்களுடைய எல்லைகளை அவர்கள் ஏற்றுக் கொள்வர். ஆனால், உங்களுடைய எல்லைகள் தெளிவாக இல்லாவிட்டால், தங்களால் முடிந்தவரை அவர்கள் உங்களிடமிருந்து எடுத்துக் கொள்ளப் பார்ப்பார்கள். தெளிவுதான் இங்கு முக்கியம்.

இப்போது இதைச் செய்யுங்கள்

உங்களுடைய குற்றவுணர்வைத் தங்களுக்குச் சாதகமாகப் பயன்படுத்திக் கொள்கின்ற நபர்களை உங்களால் நேரடியாக எதிர்க்க முடியாவிட்டால், ஒரு காலியான நாற்காலியின் முன்பு உட்கார்ந்து கொண்டு, அதில் அந்த நபர் இருப்பதாகக் கற்பனை செய்து கொள்ளுங்கள். கற்பனையிலேயே அந்த நபரிடம், நீங்கள் எப்படி உணர்கிறீர்கள் என்பதையும், அவர் மேலும் உங்களுடைய குற்றவுணர்வை அவருக்குச் சாதகமாகப் பயன்படுத்திக் கொள்ள நீங்கள் அனுமதிக்க மாட்டீர்கள் என்பதையும் கூறுங்கள். இனி நீங்கள் உங்களுடைய வாழ்க்கையின்மீது அக்கறை செலுத்தப் போவதாகவும், எது உங்களுக்கு மகிழ்ச்சியளிக்கிறதோ நீங்கள் அதைச் செய்யப் போவதாகவும் கூறுங்கள். உங்களுக்கு உதவுமெனில், அந்த நபரின் படத்தை நீங்கள் அந்த நாற்காலியில் வைத்துக் கொள்ளலாம். வெற்று நாற்காலியைப் பார்த்துப் பேசுவது உங்களுக்கு அசௌகரியமாக இருந்தால், உங்களுடைய நம்பிக்கைக்குப் பாத்திரமாக இருக்கின்ற வேறு ஒரு நபரிடம் இந்த உரையாடலைப் பயிற்சி செய்து கொள்ளலாம்.

10

உங்களுடைய தவளையிடமிருந்து சிறந்தவற்றை மட்டுமே எதிர்பாருங்கள்

"மகிழ்ச்சியான எதிர்பார்ப்புகளை நீங்கள் உங்களுடைய மனத்தில் ஒரு காட்சியாகத் தீட்டிக் கொள்வதன் மூலம், உங்களுடைய இலக்குகள் நனவாவதற்கு ஏற்ற ஒரு சூழ்நிலையை நீங்கள் உருவாக்கிக் கொள்கிறீர்கள்."

- நார்மன் வின்சென்ட் பீல்

பெரும்பாலான மக்கள் இன்று மகிழ்ச்சியாக இல்லாதிருப்பதற்குக் காரணம், ஏதோ ஒன்றைத் தங்களுக்குச் செய்திருந்த அல்லது செய்யாமல்விட்டிருந்த நபர்மீது அவர்கள் இன்னும் கோபம் கொண்டிருப்பதுதான். அந்த மனிதர் செய்திருந்த தவறுக்காக அல்லது அவருடைய நியாயமற்ற நடத்தைக்காக அவரை அவர்கள் இன்னும் மன்னிக்காமல் இருக்கின்றனர்.

ஆளுமையின் உருவாக்கம்

நீங்கள் குழந்தையாக இருந்தபோது, உங்களுடைய அனைத்துத் தேவைகளையும் உங்களுடைய பெற்றோர் கவனித்துக் கொண்டனர். அவர்கள் உங்களைக் குளிப்பாட்டி, சாப்பிட வைத்து, உடை மாற்றி, பள்ளிக்குக் கூட்டிச் சென்று விட்டுவிட்டு, பள்ளி முடிந்தவுடன் உங்களை மீண்டும் வீட்டுக்கு அழைத்து

வந்தனர். உங்களை அனைத்துவிதங்களிலும் கவனமாகப் பார்த்துக் கொண்டனர். பெரும்பாலான குழந்தைகள், தங்கள் வாழ்வின் தொடக்கத்தில், எல்லாம் அறிந்த, அனைத்து ஞானங்களையும் பெற்றிருந்த, பெரும் சக்தி படைத்தப் பாதுகாவலர் ஒருவரின் அரவணைப்பில் தாங்கள் இருப்பதாக நம்புகின்றனர். அதன் விளைவாக, ஓர் ஒழுங்கமைவான, தர்க்கரீதியாகச் செம்மையாக இயங்குகின்ற, நியாயமான உலகத்தில் தாங்கள் வசிப்பதாக அவர்கள் நினைக்கின்றனர். அங்கு, சர்வசக்தி படைத்தத் தங்களுடைய பெற்றோர் தங்களைப் பாதுகாப்பர், தங்களுக்காக மிகச் சிறந்த தீர்மானங்களை எடுப்பர் என்றும் அவர்கள் நம்புகின்றனர்.

இப்படிப்பட்ட எதிர்பார்ப்புகள் குழந்தைகளுக்கு இருப்பதால், ஏதாவது ஒரு காரணத்தினால், தாங்கள் நியாயமற்றது என்று கருதுகின்ற விஷயங்களை அவர்கள் பார்க்கின்றபோதோ அல்லது அவற்றை அனுபவிக்கின்றபோதோ அவர்கள் கோபமும் ஏமாற்றமும் அடைகின்றனர்.

பெரும்பாலான எதிர்மறை உணர்ச்சிகள், எதிர்பார்ப்புகளின் பூர்த்தியின்மை உருவாக்குகின்ற விரக்தியின் காரணமாக உருவாகின்றன. சம்பவங்கள் தாங்கள் எதிர்பார்த்திருந்ததைப்போல நிகழாமல் வேறு மாதிரியாக நிகழ்கின்றபோது மக்கள் ஏமாற்றமடைகின்றனர்; அவை தங்களுடைய எதிர்பார்ப்புகளுக்கு ஏற்ப மாற்றப்பட வேண்டும் என்று அடம் பிடிக்கின்றனர். அது சாத்தியப்படாமல் போகின்றபோது அவர்கள் மேலும் கோபமும் விரக்தியும் அடைகின்றனர்.

ஒரு சூழ்நிலையின் விளைவோடு தன்னைப் பிணைத்துக் கொள்வது எதிர்பார்ப்புகளுக்கு வழிவகுக்கும். நாம் விரும்புகின்ற விளைவுகளை முன்கூட்டியே தீர்மானிக்கின்றபோது, விஷயங்கள் நம்முடைய கட்டுப்பாட்டில் இருப்பது போன்ற ஓர் உணர்வை அது நமக்குக் கொடுக்கிறது. அதோடு, வருங்காலம் குறித்துத் திட்டமிடுவதற்கான திறனை அது நமக்கு அளிக்கிறது. வருங்காலம் ஓரளவாவது கணிக்கப்படக்கூடிய ஒன்றாக ஆகின்றது. உங்களுக்கு என்ன வேண்டும்

என்பது குறித்து நீங்கள் தெளிவாக இருக்கின்ற அதே நேரத்தில், அதைச் சாதிக்கின்ற செயல்முறை நெகிழ்வுத்தன்மையுடன் இருப்பதை நீங்கள் உறுதி செய்து கொள்ள வேண்டும். வருங்காலம் நீங்கள் விரும்புகின்றபடி அப்படியே கச்சிதமாக அமைந்துவிடும் என்று நீங்கள் எதிர்பார்க்கக்கூடாது. அப்போது, வருங்காலம் உங்கள் எதிர்பார்ப்பின்படி அமையாவிட்டாலும் நீங்கள் ஏமாற்றம் கொள்ள மாட்டீர்கள்.

வாழுங்கள், கற்றுக் கொள்ளுங்கள்

குழந்தைகள் வளர்ந்து பெரியவர்களாக ஆகின்றபோது, வாழ்க்கை என்பது நல்லது—கெட்டது, நியாயம்—அநியாயம் என்று கச்சிதமான பிரிவினைகளோடு இருப்பதில்லை என்பதை உணர்ந்து கொள்கின்றனர். அவர்கள் தங்கள் வாழ்க்கையில் தொடர்ச்சியாகப் பல மேடுபள்ளங்களைச் சந்திக்கின்றனர். அக்காலகட்டங்களில் அவர்களுடைய பெற்றோர்கள் சில சமயங்களில் சரியான தீர்மானங்களை எடுக்கின்றனர், சில சமயங்களில் தவறான தீர்மானங்களை எடுக்கின்றனர்.

பெரும்பாலான குழந்தைகள், வாழ்க்கை என்பது எப்போதும் நியாயமானதாகவும், ஒரே மாதிரியானதாகவும், முன்கூட்டியே கணிக்கப்படக்கூடியதாகவும் இருக்க வேண்டும் என்பதில் குறியாக இருக்கிறார்கள். அப்படிப்பட்டக் குழந்தைகள் வளர்ந்து பெரியவர்களாக ஆகின்றபோது, வாழ்க்கை எப்போதும் ஒரே மாதிரியாக இருக்க வேண்டும் என்று எதிர்பார்க்கிறார்கள். அப்படி இல்லாதிருக்கின்றபோது, அவர்கள் கோபமும் விரக்தியும் அடைகின்றனர். பெரும்பாலான சமயங்களில், அவர்கள் மனச்சோர்வுக்கும் ஆளாகின்றனர்.

விரக்தியைச் சகித்துக் கொள்கின்ற திறனை உருவாக்கிக் கொள்வது, ஒருவர் வளர்த்துக் கொள்ள வேண்டிய மிக முக்கியமானதொரு பண்புநலனாகும். ஒரு விஷயத்தை எவ்வாறு செய்வது என்பதைத் தாங்களாகவே கண்டுபிடித்துக் கொள்வதற்குக் குழந்தைகளை அனுமதிக்க வேண்டும் என்று பல பெற்றோர்களுக்கு

அறிவுறுத்தப்படுகிறது. ஆனால், தங்களுடைய குழந்தைகள் விரக்தி அடைவதற்கு ஒரு சந்தர்ப்பம் வழங்காமலேயே அவர்களுக்கு உதவி செய்வதற்குப் பெற்றோர் முனைகின்றபோது, அக்குழந்தைகளுக்குத் தங்களுடைய தீர்க்கமான சிந்தனையைப் பயன்படுத்திப் பிரச்சனைகளைத் தீர்க்க வாய்ப்பில்லாமல் போய்விடுகிறது. அதோடு, தங்களுடைய சொந்தப் பிரச்சனைகளைத் தீர்க்க முற்படுகின்றபோது, இயல்பாக எழுகின்ற விரக்தியைச் சகித்துக் கொள்ள அவர்கள் ஒருபோதும் கற்றுக் கொள்வதில்லை.

மனிதர்கள் கச்சிதமானவர்கள் அல்லர். பல மனிதர்களை உள்ளடக்கிய நிறுவனங்களும் அப்படித்தான். நாம் அனைவரும் தவறுகள் புரிகிறோம். நாம் முட்டாள்தனமான, கொடூரமான காரியங்களைச் செய்கிறோம். உலகம் எப்போதும் இப்படித்தான் இருந்து வந்துள்ளது. இனியும் அப்படித்தான் இருக்கப் போகிறது. அது வேறு எப்படியாவது இருக்கும் என்று எதிர்பார்ப்பது விரக்தியையும் சந்தேகத்தையும் வரவேற்பதற்கான உறுதியான வழியாகும்.

எண்ணற்ற மக்கள், தாங்கள் வளர்ந்து கொண்டிருக்கின்ற காலத்தில், இந்த உலகம் ஒரு குறிப்பிட்ட விதத்தில்தான் மலர்ந்தாக வேண்டும் என்று நினைத்துக் கொண்டிருக்கின்றனர். அப்படி நிகழாதபோது, மாறுதலுக்கு ஏற்பத் தங்களை மாற்றிக் கொள்வதற்குப் பதிலாக, அவர்கள் கோபமும் விரக்தியும் கொள்கின்றனர். அப்போது, அவர்கள் தங்களுடைய எதிர்பார்ப்போடு ஒத்திசைவாக இருக்கின்ற விதத்தில் நடந்து கொள்ளுமாறு பிறரை வற்புறுத்துகின்றனர்.

நாம் வாழ்ந்து கொண்டிருக்கின்ற இந்த உலகம்

இந்த உலகம் நேர்மையானதாகவும் நியாயமானதாகவும் இருக்க வேண்டும் என்ற யோசனையில் இடம் பெற்றுள்ள நியாயம், நேர்மை போன்ற அம்சங்களின் வரையறைகள் தொடர்ந்து மாறிக் கொண்டே இருப்பதால், தனிப்பட்ட

அதிருப்தி, அரசியல்ரீதியான அதிருப்தி, மற்றும் சமூகரீதியான அதிருப்தியைத் தோற்றுவிக்கக்கூடிய எதிர்மறை உணர்ச்சிகளுக்கு அது வழி வகுக்கும். தங்களுடைய வாழ்க்கை நியாயமற்று இருப்பதாகவும், அதற்குப் பிறர்தான் காரணம் என்றும் நினைத்துக் கொண்டிருப்பதால், எண்ணற்ற மக்கள் மகிழ்ச்சியற்று இருக்கின்றனர். இது, பொறாமை, மனக்கசப்பு ஆகிய இரண்டு மிக மோசமான எதிர்மறை உணர்ச்சிகள் உருவாகக் காரணமாகிறது. அந்த உணர்ச்சிகள், குற்றம் புரிந்துள்ளதாகக் கருதப்படுகின்ற ஒருவரை நோக்கியே எப்போதும் ஏவப்படுகின்றன.

பொறாமையும் மனக்கசப்பும் பிறரை நோக்கி ஏவப்பட்டாலும், அவை, அந்த உணர்ச்சிகளை அனுபவித்துக் கொண்டிருக்கின்ற நபரிடமுள்ள ஆழமான போதாமை உணர்வு, தாழ்வு மனப்பான்மை ஆகியவற்றிலிருந்துதான் முளைக்கின்றன. பொறாமையும் மனக்கசப்பும் இரட்டைப் பிறவிகளைப் போன்றவை. அவை ஒன்றையொன்று ஆதரித்து கொள்ளும், ஒன்றுக்கொன்று தீனி போட்டுக் கொண்டு மேலும் உறுதியாக வளரும்.

பயங்கரமான ஏழு பாவங்களிலேயே மிக மோசமான பாவம்

'பயங்கரமான ஏழு பாவங்களில்' மிக மோசமானது பொறாமைதான். அது ஒன்றுதான் அதைக் கொண்டுள்ள நபருக்கு எவ்விதத்திலும் நல்ல விளைவுகளைப் பெற்றுத் தராதது. ஒருவர் மற்றொருவர்மீது உள்ளுக்குள் கோபத்தில் கொந்தளிக்கின்ற அளவுக்கு அவர்மீது பொறாமை கொண்டிருக்கலாம். தெருவில் இறங்கி ஆர்ப்பாட்டம்கூடச் செய்யலாம். ஆனால், அந்த நபர் யார்மீது கோபம் கொண்டிருந்தாரோ, அவர்மீது அது எந்தத் தாக்கத்தையும் ஏற்படுத்தாது. பொறாமைப்படுகின்ற நபருக்கும் அது எந்தவிதமான பயனையோ அல்லது இன்பத்தையோ அளிக்காது.

தங்களைவிட அதிக வெற்றியாளர்களாகவோ

அல்லது அதிக மகிழ்ச்சியானவர்களாகவோ இருக்கின்ற நபர்கள் அடிப்படையில் மோசமானவர்களாகவோ அல்லது நேர்மையற்றவர்களாகவோதான் இருப்பார்கள் என்று எப்போதும் கூறிக் கொண்டிருக்கின்ற தங்களுடைய பெற்றோர் அல்லது வேறு நபர்களிடமிருந்து மக்கள் பொறாமையைக் கற்றுக் கொள்கின்றனர். சிலர் ஆரோக்கியமாக இருப்பதால்தான் வேறு சிலர் நோய்வாய்ப்பட்டுக் கிடக்கின்றனர் என்று கூறுவதைப் போன்றது இது.

நம்முடைய சமுதாயத்தில் சமூக மற்றும் அரசியல் கொள்கைகளைப் பொறாமைதான் முடுக்கிவிடுகிறது. அது 'ஓர் எதிரியை' நோக்கி ஏவப்படுகிறது. பொதுவாக அந்த எதிரி, 'பணக்காரன்' என்று அழைக்கப்படுகிறான்.

நம்முடைய சமுதாயத்தின் வரையறைப்படி, வெற்றியாளர்கள் என்றாலே மோசமானவர்களாகத்தான் இருப்பார்கள், எனவே அவர்கள் எப்படியாவது கீழிறக்கப்பட்டாக வேண்டும் அல்லது தண்டிக்கப்பட்டாக வேண்டும். துரதிர்ஷ்டவசமாக, பொறாமையைத் திருப்திப்படுத்தவே முடியாது. இன்னும் சொல்லப் போனால், அது கூடிக் கொண்டுதான் இருக்குமே ஒழிய, ஒருக்காலும் குறையாது.

மெச்சுதலும் பொறாமையும்

பிறர் பெற்றுள்ள விஷயங்களைக் கண்டோ அல்லது அவர்கள் அடைந்துள்ள சாதனைகளைப் பார்த்தோ பிரமிப்படைவதும் பொறாமைப்படுவதும் ஒன்றல்ல. பிறரிடம் உள்ளவற்றைப் போன்ற ஒன்றைத் தாங்களும் பெற வேண்டும் என்று விரும்புவது நல்லதுதான். ஏனெனில், அது உங்களைக் கடினமாக உழைக்க ஊக்குவிக்கும், நீங்கள் செய்து கொண்டிருக்கின்ற விஷயங்களில் மேம்பாடு அடைய உதவும். ஈர்ப்பு விதியின்படி, பிறருடைய வெற்றிகளையும் சாதனைகளையும் மெச்சுவது நல்லதொரு செயல்முறையாகும். உங்களுடைய வாழ்வில் வெற்றியையும் சாதனைகளையும் ஈர்ப்பதற்குத் தேவையான ஆற்றலை இது விடுவிக்கும்.

ஈர்ப்பு விதிக்கு நேரெதிரானது விலக்கல் விதி. இந்த விதியின்படி, உங்களுக்கு நீங்களே செய்து கொள்ளக்கூடிய மிக மோசமான காரியம் பிறர்மீது பொறாமை கொள்வதுதான். நீங்கள் பொறாமை கொள்கின்றபோது, நீங்கள் ஓர் எதிர்மறை ஆற்றல் தளத்தை உருவாக்குகிறீர்கள். அது வெற்றியையும் மகிழ்ச்சியையும் உங்களுடைய வாழ்க்கையிலிருந்து துரத்திவிடும். இந்த அடிப்படை அம்சத்தின் புரிதலின்மைதான் பெரும்பான்மையான மக்களின் வாழ்க்கையில் விரக்தி, தோல்வி மற்றும் மகிழ்ச்சியின்மை நிலவுவதற்கான காரணம். பொறாமைப்படுவதன் மூலம் மக்கள் உண்மையில் தங்களுக்குத் தாங்களே குழி பறித்துக் கொள்கின்றனர்.

மனக்கசப்பு உங்களை அப்படியே அரித்துவிடும்

பொறாமையோடு உடன் பிறந்த ஒன்றுதான் மனக்கசப்பு. பிறர் தங்களைவிட உயர்ந்த சாதனைகளை அடைந்துள்ளனர், உயர்ந்த நிலையை அனுபவித்துக் கொண்டிருக்கின்றனர் என்ற உணர்வு ஒருவரிடம் தலைதூக்குகின்றபோது, அங்கு மனக்கசப்பு உருவாகிறது. அரசியல் சித்தாந்தங்களுக்கு ஓர் எதிரி தேவை. தங்களுடைய கட்சியின் அல்லது தலைவரின் செயல்களையும் கொள்கைகளையும் நியாயப்படுத்துவதற்கு, பொறாமையையும் மனக்கசப்பையும் ஏவிவிடுவதற்கு அப்படிப்பட்ட ஓர் எதிரி இருப்பது அவர்களுக்கு வசதியாக இருக்கிறது. மனக்கசப்பு என்கின்ற உணர்ச்சிப் புதைகுழிக்குள் மாட்டிக் கொள்ளாதீர்கள்.

பொறாமை, மனக்கசப்பு போன்ற எதிர்மறை உணர்ச்சிகளை ஒழித்துக்கட்டுவதற்கு, உங்களுக்கு என்ன வேண்டும் என்று நீங்கள் விரும்புகிறீர்களோ அது மற்றவர்களிடமும் இருக்க வேண்டும் என்று நீங்கள் விரும்ப வேண்டும். உங்களைச் சுற்றியுள்ளவர்கள் ஏதோ ஒரு விதத்தில் உங்களைவிடச் சிறப்பாகச் செயல்பட்டுக் கொண்டிருந்தால், அவர்களை வாழ்த்துங்கள், அவர்களுடைய வெற்றியை மெச்சுங்கள். அதே அளவு

சாதனையை நீங்கள் பெறுவதற்கு நீங்கள் என்ன செய்யலாம் என்று யோசியுங்கள். இப்படிச் செய்வதன் மூலம் நீங்கள் நேர்மறையான ஆற்றல் தளத்தை உருவாக்குகிறீர்கள். அவர்கள் அடைந்துள்ள அதே வெற்றியை அடைவதற்குத் தேவையான யோசனைகளையும் மனிதர்களையும் வளங்களையும் நீங்கள் உங்களை நோக்கிக் கவர்ந்திழுக்க அது உங்களுக்கு உதவும்.

இப்போது இதைச் செய்யுங்கள்

நீங்கள் பெரிதும் வியந்து பாராட்டுகின்ற வெற்றியாளர்கள் ஓரிருவரை நினைத்துக் கொள்ளுங்கள். அவர்களைப் போன்ற வெற்றியை உங்களுடைய வாழ்க்கையிலும் ஈட்டுவதற்கு, அவர்களிடமிருந்து நீங்கள் என்ன கற்றுக் கொள்ளலாம் என்று யோசியுங்கள். உங்களைவிட அதிக வெற்றி பெற்றுள்ள மனிதர்களைப் பார்த்து நீங்கள் இனி ஒருக்காலும் பொறாமைப்படப் போவதில்லை என்று இக்கணத்தில் உறுதி பூணுங்கள்.

11

வலிமிக்கத் தவளைகள் உங்களைவிட்டு விலகிச் செல்ல அனுமதியுங்கள்

"நாம் கடந்து செல்கின்ற ஒவ்வோர் அனுபவமும் இறுதியில் நமக்கு நன்மையாகத்தான் முடிகிறது என்ற கண்ணோட்டத்தை நாம் சுவீகரித்துக் கொள்ள வேண்டும்."

- ரேமண்ட் ஹாலிவெல்

உங்களால் முடிந்த அளவு மகிழ்ச்சியாகவும் ஆனந்தமாகவும் உணர்ச்சிகளுக்கு அடிமையாகாமலும் இருக்க வேண்டும் என்பதுதான் வாழ்க்கையில் உங்களுடைய இலட்சியமாக இருக்க வேண்டும். அதற்கு, உங்களை முன்னேறவிடாமல் இழுத்துப் பிடித்துக் கொண்டிருக்கின்ற, உங்களுடைய பழைய எதிர்மறைப் பொதிமூட்டைகளை நீங்கள் தலைமுழுக வேண்டும்.

வெற்றி மற்றும் மகிழ்ச்சிக்கான முக்கிய அம்சங்கள் 'மன்னித்தல் விதிக்குள்' அடங்கியுள்ளன. நீங்கள் எந்த அளவுக்குத் தாராளமாக எதிர்மறை அனுபவங்களை மறக்கவும் மன்னிக்கவும் விட்டுத்தள்ளவும் செய்கிறீர்களோ, அந்த அளவுக்கு ஆரோக்கியமாக இருப்பீர்கள் என்று மன்னித்தல் விதி கூறுகிறது. அதற்காக, மகிழ்ச்சியற்ற அனுபவங்களிலிருந்து உங்களால் படிப்பினைகள் எதையும்

கற்றுக் கொள்ள முடியாது என்று அர்த்தமில்லை. ஆனால், நெல்லிலிருந்து பதரைப் பிரித்தெடுப்பது எப்படி என்பது உங்களுக்குத் தெரிந்திருக்க வேண்டும். அந்த அனுபவத்திலிருந்து கிடைக்கின்ற படிப்பினையைக் கற்றுக் கொண்டு, பின் அந்த அனுபவத்தைத் தலைமுழுகிவிட வேண்டும். ஜான் எஃப். கென்னடி இவ்வாறு கூறியுள்ளார்: "உங்களுடைய எதிரிகளை மன்னித்துவிடுங்கள். ஆனால் அவர்களுடைய பெயர்களை ஒருபோதும் மறந்துவிடாதீர்கள்."

உள்ளார்ந்த அமைதிக்கு மன்னித்தல் இன்றியமையாதது என்று அனைத்து மதங்களும் வலியுறுத்துகின்றன. உங்களால் மன்னிக்க முடியவில்லை என்றால், உங்களுடைய மகிழ்ச்சி மற்றும் மனத்திருப்தியின் நிலையை ஓரளவுக்கு மேல் உங்களால் உயர்த்திக் கொள்ள முடியாது. உங்களுடைய கடந்தகாலத்தில் நிகழ்ந்த ஒரு மனக்காயத்தை உதறித் தள்ள நீங்கள் மறுக்கின்றபோது, அது உங்களைப் பல ஆண்டுகள் பின்னால் இழுத்து வைத்திருக்கும்.

உங்களுக்கு மகிழ்ச்சியின்மையை உருவாக்குகின்ற கோப எண்ணங்களுக்குப் பதிலாக, மன்னிக்கின்ற எண்ணங்களை நீங்கள் வலுக்கட்டாயமாகச் சிந்திப்பதன் மூலம் உங்களால் உங்களுடைய மனத்தை விடுவித்துக் கொள்ள முடியும்.

உங்கள் மூளையிலுள்ள இரண்டு இயக்கமுறைகள்

உங்களுடைய மூளையில் இரண்டு இயக்கமுறைகள் இருக்கின்றன. ஒன்று, வெற்றிக்கான இயக்கமுறை; மற்றொன்று, தோல்விக்கான இயக்கமுறை. நீங்கள் உங்களைப் பற்றியும் பிறரைப் பற்றியும், நேர்மறையான, அன்பான, மன்னிக்கின்ற எண்ணங்களை எண்ணுகின்றபோது, உங்களுடைய மூளையிலுள்ள வெற்றி இயக்கமுறை தூண்டிவிடப்படுகிறது. இந்த நேர்மறையான எண்ணங்களை நீங்கள் உங்கள் மனத்தில் விதைப்பதற்கு, உங்களிடமிருந்து தொடர்ச்சியான, பிரக்ஞையுடன்கூடிய,

வலுக்கட்டாயமான முயற்சி தேவைப்படும். அவை தாமாகவே நிகழ்வதில்லை. நீங்கள் அவற்றைத் தேர்ந்தெடுக்க வேண்டும்.

துரதிர்ஷ்டவசமாக, உங்களுடைய மூளையிலுள்ள தோல்வி இயக்கமுறை, உங்களுக்கு என்ன வேண்டும் என்பது குறித்து நீங்கள் சிந்திக்காமல் இருக்கின்றபோது தானாகவே இயங்கத் துவங்கிவிடுகிறது. உங்களுக்கு மகிழ்ச்சியைக் கொடுக்கின்ற எண்ணங்களை நீங்கள் வேண்டுமென்றே எண்ணிக் கொண்டிருக்காவிட்டால், உங்களுடைய மனம் தானாகவே எதிர்மறை எண்ணங்கள் பக்கம் சென்று உங்களை மகிழ்ச்சியற்ற ஒருவராக ஆக்கிவிடும்.

ஆனால், நீங்கள் உங்களுடைய மனத்தை எப்போதும் நேர்மறையான எண்ணங்களால் நிறைத்து வைக்கின்ற பழக்கத்தை வளர்த்துக் கொண்டால், இறுதியில் இது தானாக நிகழ்கின்ற ஒன்றாக ஆகிவிடும். நேர்மறைச் சிந்தனை ஒரு பழக்கமாக ஆகின்றபோது, நீங்கள் உங்களைப் பற்றியும் உங்களுடைய வாழ்க்கையைப் பற்றியும் நல்ல உணர்வுகளைக் கொண்டிருப்பீர்கள்.

இப்போது இதைச் செய்யுங்கள்

ஒரு நாள் முழுவதும் உங்களுடன் ஒரு சிறு குறிப்பேட்டை எடுத்துச் செல்லுங்கள். அன்று உங்களுக்கு எப்போதெல்லாம் எதிர்மறை எண்ணங்கள் தோன்றுகின்றனவோ, அப்போதெல்லாம் சற்று நிதானித்து, அவற்றை நேர்மறையான எண்ணங்களால் இட்டு நிரப்புங்கள். அதை உங்களுடைய குறிப்பேட்டிலும் குறித்துக் கொள்ளுங்கள். பின்னர், அந்த நாளில் நீங்கள் எவ்வளவு அடிக்கடி அப்படிச் செய்துள்ளீர்கள் என்று பாருங்கள்.

ஏராளமான மக்கள், ஏமாற்றங்களிலிருந்தும் உணர்ச்சிரீதியான வலிகளிலிருந்தும் தங்களைத் தற்காத்துக் கொள்வதற்காக, தன்னிச்சையாகவே எதிர்மறை உணர்ச்சிகளுக்குத் தீனி போடுகின்றனர். இது அவர்கள்

தங்களுக்குக் கிடைத்த அனுபவங்களிலிருந்து கற்றுக் கொண்டுள்ள ஒரு நடத்தை. அது கற்றுக் கொண்டுள்ள ஒரு நடத்தையாக இருப்பதால், அதை உங்களால் வலுக்கட்டாயமாக நீக்கிவிடவும் முடியும்.

விட்டுத்தள்ளுவதற்கான தேவை

நீங்கள் மன்னிக்கின்றபோது, எதிர்மறை உணர்ச்சிகள் மற்றும் குற்றவுணர்விலிருந்து உங்களை விடுவித்துக் கொள்கிறீர்கள். அதன் மூலம், நீங்கள் உங்களுடைய தேவையில்லாத கடந்தகாலப் பொதிமூட்டைகளைத் தூக்கியெறிந்துவிட்டு, உங்களுடைய முழு ஆற்றலையும் கட்டவிழ்த்து, ஒரு வளமான எதிர்காலத்தை உருவாக்குகிறீர்கள்.

மகிழ்ச்சி, ஆனந்தம் மற்றும் மன அமைதிக்கு மன்னித்தல் இன்றியமையாதது. மற்றவர்களைத் தாராளமாக மன்னிக்கின்ற உங்களுடைய திறமைதான் நீங்கள் எந்த அளவுக்குப் பக்குவமடைந்த ஒரு நபராக ஆகியுள்ளீர்கள் என்பதற்கான அடையாளமாகும். எவர்மீதும் எதற்காகவும் பகைமை பாராட்டாமல் இருக்கின்ற பண்புநலனை வளர்த்துக் கொள்பவர்கள் உயர்ந்து நிற்கின்றனர். அந்த நிலையை அடைவதுதான் உங்களுடைய இலக்காக இருக்க வேண்டும்.

மன்னித்தல் என்பது தனிநபர்ரீதியானது

மற்றொருவரை மன்னித்தல் என்பது அவருடைய மோசமான, ஈரமற்ற நடத்தையை அங்கீகரிப்பது என்று பலர் நினைத்துக் கொண்டிருக்கின்றனர். அப்படிப்பட்ட ஒரு நபரை மன்னிப்பதன் மூலம் அந்த நபரைத் தாங்கள் அவருடைய கொடுஞ்செயல்களிலிருந்து தப்பித்துப் போக விட்டுவிடுகிறோம் என்று அவர்கள் எண்ணுகின்றனர்.

இங்கு நீங்கள் ஒரு முக்கியமான விஷயத்தைக் கவனிக்க வேண்டும். மன்னித்தலுக்கும் அடுத்தவர்களுக்கும் எந்தவிதமான தொடர்பும் கிடையாது. அது உங்களைப்

பற்றியது. மன்னித்தல் என்பது முழுக்க முழுக்க ஒரு சுயநலமான செயல். ஒருவரை மன்னிப்பதன் மூலம் நீங்கள் அவரை விடுவிப்பதில்லை, மாறாக உங்களை நீங்களே விடுவித்துக் கொள்கிறீர்கள்.

அதேபோல, நீங்கள் ஒருவரை மன்னிக்க மறுப்பதும் அந்த நபர்மீது எந்தவிதமான தாக்கத்தையும் ஏற்படுத்துவதில்லை. நீங்கள் உங்களுக்குள் அடைத்து வைத்திருக்கின்ற கோபம் உங்களைத்தான் மகிழ்ச்சியற்றவராக ஆக்கும், உங்களுக்குத்தான் மனச்சோர்வை ஏற்படுத்தும். இன்னும் சொல்லப் போனால், நீங்கள் யார்மீது இன்னும் கோபம் கொண்டுள்ளீர்களோ, அந்த நபருக்கு, அவரைப் பற்றிய கோப எண்ணங்களால் நீங்கள் உங்களையே வருத்திக் கொண்டிருக்கிறீர்கள் என்பது தெரிய வந்தால், அது குறித்து அவர் மகிழ்ச்சிதான் அடைவார். நீங்கள் விரும்புவது அதுதானா?

வாழ்க்கையில் உங்களுக்கு இருக்கின்ற மிகப் பெரிய பிரச்சனை

நம்முடைய பிரச்சனைகளில் கிட்டத்தட்ட 85 சதவீதம் பிறருடன் நாம் கொண்டிருக்கின்ற உறவுகளிலிருந்தே வருகிறது. உங்களுடைய எதிர்மறை உணர்ச்சிகள், குறிப்பாகக் கோபமும் குற்றவுணர்வும், பெரும்பாலும் மற்றொருவரோடு தொடர்புடையவையாகத்தான் இருக்கும். "உங்களுடைய வாழ்க்கையில் இன்று நீங்கள் எதிர்கொண்டிருக்கின்ற மிகப் பெரிய பிரச்சனை அல்லது கவலை எது?" என்று மக்களிடம் கேட்கப்படுகின்றபோது, அவர்கள் பெரும்பாலும், பிறர் தங்களுக்குச் செய்துள்ள அல்லது செய்யத் தவறியுள்ள விஷயங்களைக் குறிப்பிடுகின்றனர்.

மன்னிக்கும் கலை

பிறரை மன்னிப்பதற்கு ஓர் எளிய வழி இருக்கிறது. யாரை நீங்கள் மன்னிக்க விரும்புகிறீர்களோ, அந்த

நபரை மனத்தில் நினைத்துக் கொண்டு, "கடவுள் அவரை ஆசீர்வதிப்பாராக! நான் அவரை மன்னிக்கிறேன்! அவர் நன்றாக இருக்க வாழ்த்துகிறேன்!" என்று கூறுவது நல்ல பலனளிக்கும்.

நீங்கள் எந்த நபரை வாழ்த்திக் கொண்டிருக்கிறீர்களோ அவர்மீது உங்களால் கோபம் கொள்ள முடியாது. இதை நீங்கள் மீண்டும் மீண்டும் செய்கின்றபோது, அந்த நபரோடு தொடர்புடைய உங்களுடைய எதிர்மறை உணர்ச்சிகள் அனைத்தும் வடிந்துவிடும். முன்பு அந்த நபரைப் பற்றிய எண்ணம் உங்களிடம் தோன்றியபோது உங்களுக்குக் கோபம் பீறிட்டு எழுந்திருக்கும். ஆனால், இப்போது, உங்களிடம் அப்படிப்பட்டக் குமுறல்கள் எதுவும் தோன்றாது. அது வெகுவிரைவில் ஒரு பழக்கமாக உங்களிடம் உருவெடுக்கும், உங்களுடைய ஆளுமை முற்றிலுமாக மாறிவிடும்.

கடந்தகாலத்தில் எப்போதோ நடந்த, உங்களால் மாற்றப்பட முடியாத ஒரு விஷயத்தைப் பற்றித் தொடர்ந்து கோபம் கொண்டிருப்பது அறிவீனம் என்று சொல்லத் தேவையில்லை. அந்த நபரை மன்னித்து ஆசீர்வதித்துவிட்டு, உங்களைக் கடந்தகாலத் தளையிலிருந்து மீட்டுக் கொள்வதுதான் புத்திசாலித்தனமான செயலாக இருக்கும்.

இப்போது இதைச் செய்யுங்கள்

கடந்தகாலத்தில் உங்களுக்கு மனக்காயம் ஏற்படுத்தியிருந்த, நீங்கள் இன்னும் மன்னித்திராத, மூன்றிலிருந்து ஐந்து பேர் வரை ஒரு பட்டியலைத் தயார் செய்து கொள்ளுங்கள். அந்த நபர்கள் ஒவ்வொருவரைப் பற்றியும் உங்களுக்கு நீங்களே இவ்வாறு சொல்லிக் கொள்ளுங்கள்: "நான் இச்சம்பவத்தை உதறித்தள்ளுவதைத் தேர்ந்தெடுக்கிறேன். இவர் எனக்குச் செய்துள்ள அனைத்தையும் நான் மன்னிக்கிறேன்." இவற்றை நீங்கள் கூறும்போது நீங்கள் எந்த அளவு நேர்மறையாக உணர்கிறீர்கள் என்று பாருங்கள்.

நீங்கள் மன்னித்தாக வேண்டிய மனிதர்கள்

நாங்கள் எங்களுடைய கருத்தரங்குகளில் மன்னித்தலைப் பற்றி எடுத்துரைக்கும்போது, அதில் பங்கேற்கின்ற அனைவரும், மன்னித்தல் என்பது நல்ல விஷயம் என்பதை ஒப்புக் கொள்கின்றனர். அவர்கள் அனைவரும் நாங்கள் கூறுபவற்றுக்குத் தலையாட்டிவிட்டு, உதடுகளில் புன்முறுவலுடன், வருங்காலத்தில், தங்களைக் காயப்படுத்துகிறவர்களைத் தாங்கள் தாராளமாக மன்னித்துவிடப் போவதாகக் கூறுகின்றனர். ஆனால், ஒரு குறிப்பிட்ட நபரின் விஷயம் என்று வருகின்றபோது, அவர்களை மன்னிப்பதற்கு உணர்ச்சிரீதியான தடைகள் குறுக்கே வருகின்றன.

நீங்கள் உண்மையிலேயே மகிழ்ச்சியாக வாழ விரும்பினால், பின்வரும் நான்கு வகையான மனிதர்களை நீங்கள் மன்னித்துவிட வேண்டும்:

1. உங்களுடைய பெற்றோர்
2. பழைய காதலர்கள்
3. மற்றவர்கள்
4. நீங்கள்

1. உங்களுடைய பெற்றோர்

நீங்கள் மன்னித்தாக வேண்டிய நபர்களில் முதலில் இருப்பது உங்களுடைய பெற்றோர். பெரும்பாலான மக்கள், தாங்கள் வளர்ந்து கொண்டிருந்தபோது, தங்களுடைய பெற்றோர் தங்களுக்குச் செய்திருந்த அல்லது செய்யாமல் போயிருந்த ஒரு விஷயத்திற்காக அவர்கள்மீது இன்னும் கோபமாக இருந்து கொண்டிருக்கின்றனர். அவர்கள் எதிர்பார்த்திருந்தபடி அவர்களுடைய பெற்றோர் அப்போது நடந்து கொண்டிருக்கவில்லை.

எவ்வளவு காலம்தான் கோபமாக இருந்து கொண்டிருப்பீர்கள்?

ஒரு முறை, பிரையன், அமெரிக்காவிலுள்ள ஆர்லேன்டோ நகரில் ஒரு கருத்தரங்கு நடத்திக் கொண்டிருந்தார். உணவு இடைவேளையின்போது, அதில்

பங்கேற்றிருந்தவர்களில் ஒருவரான பில் என்பவருடன் பிரையன் உரையாடிக் கொண்டிருந்தபோது, பில் தன்னுடைய கதையை பிரையனுடன் பகிர்ந்து கொண்டார். பில் தன்னுடைய இருபது ஆண்டுகாலத் திருமணத்திற்குப் பிறகு தன்னுடைய மனைவி சூசனை விவாகரத்துச் செய்திருந்தார். அவருடைய மனைவி, பில்லுடன் வாழ்ந்து வந்த மொத்தக் காலமும் எல்லாவற்றுக்கும் குற்றம் குறை கூறிக் கொண்டும், எதிர்மறையாகப் பேசிக் கொண்டும், கோபத்தோடும் இருந்து வந்தார். பொறுத்துப் பொறுத்துப் பார்த்த பில், ஒரு நாள், அப்படிப்பட்ட ஒரு நபருடன் தன் வாழ்நாளின் எஞ்சிய நாட்களைக் கழிக்கத் தான் விரும்பவில்லை என்ற தீர்மானத்தை எடுத்தார்.

பிரையனுடன் பேசிக் கொண்டிருந்தபோது, கடந்த வாரம் தான் சூசனை ஓர் உணவகத்தில் சந்தித்துப் பேசியதாக பில் அவரிடம் குறிப்பிட்டார். அப்போது, சூசனின் எதிர்மறை மனப்போக்கைப் பற்றி பில் அவரிடம் குறிப்பிட்டுள்ளார்.

அதற்கு சூசன், “நான் பருவவயதில் இருந்தபோது என் அம்மா என்னை நடத்தியிருந்ததைப்போல உங்களுடைய அம்மாவும் உங்களை நடத்தியிருந்தால், நீங்களும் என்னைப்போலவேதான் நடந்து கொண்டிருப்பீர்கள்,” என்று பதிலளித்துள்ளார்.

அதற்கு பில், “சூசன், கடந்த இருபது ஆண்டுகளாக நீ உன்னுடைய அம்மாவுடன் வாழ்ந்து கொண்டிருக்கவில்லை. எவ்வளவு காலம்தான் உன்னுடைய பிரச்சனைகளுக்கு நீ உன்னுடைய அம்மாவை ஒரு சாக்குப்போக்காகக் கூறிக் கொண்டிருப்பாய்?” என்று கேட்டுள்ளார்.

இது ஒரு முக்கியமான கேள்வி. இதை நீங்களும் உங்களிடம் கேட்டுக் கொள்ள வேண்டும். எங்கோ கடந்தகாலத்தில் நடந்த ஒரு விஷயம் குறித்து நீங்கள் இன்னும் எவ்வளவு காலத்திற்குக் கோபமாக இருந்து கொண்டிருக்கப் போகிறீர்கள்?

ஒரே இடத்தில் அடைந்து கிடத்தல்

ஏராளமான மக்கள், பல ஆண்டுகளுக்கு முன்னால் நிகழ்ந்த ஒரு விஷயத்திற்காகத் தங்களுடைய பெற்றோர்மீது

கோபம் கொண்டு, மனரீதியாகத் தங்களை ஒரே இடத்தில் அடைத்து வைத்துக் கொண்டிருக்கின்றனர். பலர், தங்களுடைய பெற்றோர் இறந்த பிறகும் அவர்கள்மீது கோபம் கொண்டுள்ளனர். அவர்கள் தங்களை இன்னும் பலிகடாக்களாகவே பார்த்துக் கொண்டிருக்கின்றனர். அந்தக் கோபத்தை இன்னும் அவர்கள் சுமந்து திரிவதால், தங்களுடைய வாழ்க்கைத்துணைவர்கள் மற்றும் குழந்தைகளுடனான உறவையும் அவர்கள் கெடுத்துக் கொண்டிருக்கின்றனர்.

உங்களுடைய பெற்றோர் எங்கு இருந்தாலும் சரி, நீங்கள் வளர்ந்து கொண்டிருந்தபோது அவர்கள் உங்களை எந்தவிதத்திலாவது காயப்படுத்தியிருந்தால் அதற்காக அவர்களை நீங்கள் மனதார மன்னித்துவிட வேண்டும். “அவர்களைக் கடவுள் ஆசீர்வதிப்பாராக! அவர்கள் எங்கிருந்தாலும் வாழ்க!” என்று உங்களுக்கு நீங்களே கூறிக் கொள்ள வேண்டும்.

உங்களுடைய பெற்றோர் தங்களால் முடிந்த அளவு சிறப்பாகச் செயல்பட்டிருந்தனர்

உங்களுடைய பெற்றோர் தங்களுக்குக் கிடைத்திருந்த வளவசதிகளைக் கொண்டு, தங்களுக்குத் தெரிந்த அறிவை வைத்துக் கொண்டு, தங்களால் முடிந்த அளவு சிறப்பானவற்றை உங்களுக்குச் செய்துள்ளனர். தங்களால் எந்த அளவு அன்பைக் கொடுக்க முடியுமோ அந்த அளவு அன்பை அவர்கள் உங்களுக்குக் கொடுத்துள்ளனர். உங்களுக்குக் கிடைத்திருந்ததைவிடக் கூடுதலாகக் கொடுக்க அவர்களிடம் எதுவும் இருக்கவில்லை.

அவர்களும் உங்களைப்போலவே தங்களுடைய வளர்ப்பு மற்றும் அனுபவங்களின் கைதிகளாகவே இருந்துள்ளனர். இது உங்களுடைய தாத்தா, பாட்டி, அவர்களுடைய மூதாதையர் என்று அனைவருக்கும் பொருந்தும். அவர்கள் என்ன செய்திருந்தார்களோ அதைவிட மேம்பட்ட விதத்தில் அவர்களால் எதுவும் செய்திருக்க முடியாது. அவர்களால் உங்களை வேறு எந்தவிதமாகவும் வளர்த்திருக்க முடியாது.

நீங்கள் எப்படி ஒரு கச்சிதமானவர்

இல்லையோ, அதைப்போலத்தான் உங்களுடைய பெற்றோரும் கச்சிதமானவர்கள் அல்லர். அவர்கள் கன்னாபின்னாவென்று தப்புகள் பண்ணியிருக்கிறார்கள், அடிமுட்டாள்தனமாக நடந்து கொண்டிருக்கிறார்கள், கொடூரமாகக்கூட நடந்து கொண்டிருக்கிறார்கள். ஆனால் அவர்கள்தாம் உங்களை இந்த உலகிற்குள் கொண்டு வந்தவர்கள். அவர்கள் தங்களுக்குத் தெரிந்த முறையில் உங்களுக்குத் தங்களால் எவ்வளவு முடியுமோ அந்த அளவு சிறப்பாகச் செய்துள்ளனர்.

உங்களுடைய பெற்றோர் உங்களுக்குச் செய்திருந்த ஏதோ ஒன்று உங்களைத் தொந்தரவு செய்கின்றபோதெல்லாம், தங்களுடைய செய்கை உங்களுக்கு இந்த அளவு வலி ஏற்படுத்திக் கொடுத்திருக்கிறது என்று அவர்கள் உணர்ந்தால் கண்டிப்பாக அது குறித்து மிகவும் வேதனை அடைவார்கள் என்று நினைத்துக் கொள்ளுங்கள். எது எப்படி இருந்தாலும் அவர்கள் அதை வேண்டுமென்றே செய்திருக்க மாட்டார்கள் என்பது மட்டும் உறுதி. உங்களுக்குக் குழந்தைகள் இருந்தால், நீங்கள் செய்துள்ள காரியங்கள் தங்களுக்கு மனக்காயம் ஏற்படுத்தியிருப்பதாக அவர்கள் உங்களிடம் சொன்னால் உங்கள் மனம் என்ன பாடுபடும் என்று யோசித்துப் பாருங்கள். அதைக் கேட்டு நீங்கள் வியப்படையவும் கூடும். நீங்கள் கண்டிப்பாக வேண்டுமென்றே உங்களுடைய குழந்தைகளின் மனம் புண்படும்படி நடந்திருக்க மாட்டீர்கள். உங்களுடைய பெற்றோரும் அப்படித்தான் இருந்திருப்பார்கள்.

அவர்களை விடுவித்துவிடுங்கள்

உங்களுடைய பெற்றோர் உங்களை வளர்த்து வந்தபோது அவர்கள் செய்திருந்த அனைத்துத் தவறுகளையும் நீங்கள் மன்னித்துவிட வேண்டும். மன்னிப்பின் மூலமாக நீங்கள் உங்களுடைய பெற்றோரை விடுவிப்பதன் மூலமே உங்களால் உங்களை விடுவித்துக் கொள்ள முடியும். உங்களுடைய பெற்றோரை மன்னிப்பதன் மூலமாக மட்டுமே உங்களால் ஒரு பக்குவமடைந்த நபராக உருவாக முடியும்.

இக்கொள்கைகளை பிரையன் தன்னுடைய

கருத்தரங்குகளிலும் கற்றுக் கொடுக்கிறார். ஒரு முறை அவருடைய கருத்தரங்கு ஒன்றில் கலந்து கொண்டு, இதைக் கற்றுக் கொண்ட ஒரு பங்கேற்பாளர், முதல் நாள் கருத்தரங்கு முடிந்தவுடன், நேராகத் தன் பெற்றோர்களைப் பார்க்கச் சென்றிருக்கிறார். அந்த நபருக்குப் பதினைந்து வயதாக இருந்தபோது அவருடைய தந்தை செய்திருந்த ஏதோ ஒரு காரியத்திற்காக அவர் தன் தந்தைமீது கோபம் அடைந்திருந்திருக்கிறார். இன்று அவருக்கு முப்பத்தைந்து வயது ஆகியிருந்தபோதிலும், அவர் அக்கோபத்தைக் கைவிடாமல் இருந்தார். அவருக்குள் அடக்கி வைக்கப்பட்டிருந்த இக்கோபம், அவர் தன் மனைவி மற்றும் குழந்தைகளுடன் கொண்டிருந்த உறவின்மீதும் ஓர் எதிர்மறையான தாக்கம் ஏற்படுத்திக் கொண்டிருந்தது. அதை அவர் தன் மனத்திலிருந்து இறக்கி வைக்க வேண்டியிருந்தது.

அவர் தன் தந்தையைச் சந்திக்கச் சென்றபோது அவருடைய இதயம் படபடவெனத் துடித்துக் கொண்டிருந்தது. அவர் தன் தந்தையிடம், “அப்பா, என்னுடைய பதினைந்தாவது வயதில் நீங்கள் எனக்குச் செய்திருந்த காரியம் உங்களுக்கு நினைவிருக்கிறதா? அதையும், என்னுடைய குழந்தைப்பருவத்தில் நீங்கள் எனக்குச் செய்திருந்த மற்ற அனைத்துத் தவறுகளையும் நான் மன்னித்துவிட்டேன். நான் உங்களை நேசிக்கிறேன்,” என்று கூறியிருக்கிறார்.

எப்போதும் முரட்டுத்தனமாகவும் கடுமையாகவும் நடந்து கொள்கின்ற அவருடைய அப்பா, தன் மகனின் கண்களை நேருக்கு நேராகப் பார்த்தபடி, எரிச்சல் தூக்கலாக இருந்த ஒரு குரலில், “நீ எதைப் பற்றிப் பேசிக் கொண்டிருக்கிறாய் என்று எனக்குத் தெரியாது. நான் என்னுடைய வாழ்க்கையில், உன்னால் மன்னிக்கப்பட வேண்டிய அளவு மோசமான எதையும் உனக்குச் செய்திருக்கவில்லை,” என்று பதிலளித்திருக்கிறார்.

அதைக் கேட்டு மகன் மிகவும் அதிர்ச்சி அடைந்துவிட்டார். சுமார் இருபது ஆண்டுகளுக்கு முன்பாகத் தான் என்ன செய்திருந்தோம் என்பது குறித்துத் தன் தந்தைக்குத் துளிகூடப் பிரக்ஞை இருக்கவில்லை

என்பது அப்போதுதான் அவருடைய புத்திக்கு உறைத்தது. அதைப் பற்றித்தான் தான் தன் தந்தைமீது இவ்வளவு காலமாகக் கோபமும் ஆத்திரமும் கொண்டிருந்தோம் என்பது அவருக்குப் புரிந்தது. அதைத் தொடர்ந்து, அவர் தன் தந்தையுடன் கைகுலுக்கிவிட்டு அங்கிருந்து கிளம்பிவிட்டார். தன் தோளிலிருந்து ஒரு பெரிய பாரம் இறக்கி வைக்கப்பட்ட ஓர் உணர்வு அவருக்கு ஏற்பட்டிருந்தது.

ஒரு கடிதம் எழுதுங்கள் அல்லது ஓர் உரையாடலைத் துவங்குங்கள்

உங்களுடைய பெற்றோருடனான உறவு மோசமாக இருந்து, அவர்கள் உயிருடன் இருக்கின்ற பட்சத்தில், அவர்களுக்கு நீங்கள் ஒரு கடிதம் எழுத முனையலாம். அதில், நீங்கள் வளர்ந்து வந்த காலத்தில் உங்களுக்கு மனக்காயம் ஏற்படுத்தியிருந்த அவர்களுடைய செய்கைகளை நீங்கள் குறிப்பிடலாம். நீங்கள் உங்களுடைய கடிதத்தை இவ்வாறு தொடங்கலாம்: "நான் உங்களைக் கீழே குறிப்பிட்டுள்ள காரியங்களுக்காக மன்னிக்க விழைகிறேன்." "நான் உங்களை மனதார மன்னிக்கிறேன்," என்று நீங்கள் அக்கடிதத்தை முடிக்கலாம். இப்போது உங்களுடைய பெற்றோர் உயிருடன் இல்லை என்றால்கூட நீங்கள் இந்த நடவடிக்கையில் ஈடுபடலாம். அது உங்களுக்குப் பெரிதும் உதவிகரமாக இருக்கும்.

நீங்கள் உங்களுடைய பெற்றோரை அவ்வப்போது சந்திக்கப் போகின்ற ஒரு நபராக இருந்தால், அவர்களுடன் ஒன்றாகச் சேர்ந்து அமர்ந்து, உங்களை அரித்துக் கொண்டிருக்கின்ற விஷயங்களைப் பற்றி அவர்களிடம் மனம்விட்டுப் பேசலாம். அப்போது அவர்கள் அந்தக் காரியத்தைச் செய்ததற்கான நோக்கத்தை விவரிக்கக்கூடும்; அது, அந்த விஷயம் குறித்து நீங்கள் கொண்டிருக்கின்ற உங்களுடைய கண்ணோட்டத்தை மாற்றக்கூடும். ஆனால், இங்கு உங்களுடைய உரையாடல் குற்றம் சாட்டுகின்ற தொனியில் இருக்கக்கூடாது; அதைத் தெரிந்து கொள்கின்ற ஆர்வம் மட்டுமே அதில் வெளிப்பட வேண்டும். இல்லையெனில், தாங்கள் குற்றம் சாட்டப்படுகிறோம்

என்ற நினைப்பு உங்களுடைய பெற்றோருக்கு ஏற்பட்டு, தங்களுடைய நடத்தையை நியாயப்படுத்தவே அவர்கள் முனைவர்.

கிறிஸ்டினா தன்னிடம் ஆலோசனை பெற வருபவர்களிடம், அவர்களுக்கு நேர்ந்த அனுபவங்களுக்கான விளக்கங்களை அவர்கள் தங்களுடைய பெற்றோரிடம் கேட்க வேண்டும் என்று அறிவுறுத்துகிறார். எடுத்துக்காட்டாக, நீங்கள் உங்களுடைய பெற்றோரிடம், "நான் சுய அலசலில் ஈடுபட்டுக் கொண்டிருந்தபோது, எனக்கு ஒரு பழைய சம்பவம் நினைவுக்கு வந்தது. அப்போது எனக்கு உங்கள்மீது கடும் கோபம் ஏற்பட்டது. அது குறித்து எனக்கு உங்களால் விளக்க முடியுமா? என்னை நான் மேலும் தெளிவாகப் புரிந்து கொள்ள உங்களுடைய விளக்கம் எனக்கு உதவும்," என்று கேட்கலாம். இங்கு நீங்கள் எல்லாவற்றையும் உங்களுடைய விஷயமாக ஆக்கிக் கொள்ள வேண்டும்; உங்களுடைய பெற்றோருடையதாக ஆக்கக்கூடாது.

கிறிஸ்டினாவுக்கு ஒரு தோழி இருந்தார். அவர் எப்போதும் தன்னுடைய பெற்றோர் தன்னுடைய சகோதரியைத் தன்னைவிட அதிகமாக நேசித்ததாக எண்ணி வந்தார். அவருடைய பெற்றோர் இருவரையும் வெவ்வேறு விதமாக நடத்தினர் என்று அவர் நம்பினார். இது குழந்தைப்பருவத்திலிருந்தே தொடர்ந்து வந்தது.

தன் பெற்றோர்களிடமிருந்து அங்கீகாரத்தைப் பெறுவதற்கு அவர் கடினமாக உழைக்க வேண்டியிருந்தது. அவருடைய சகோதரிக்கு அளிக்கப்பட்டு வந்த பல சலுகைகள் இவருக்கு அளிக்கப்பட்டிருக்கவில்லை. இது பல ஆண்டுகளாகத் தொடர்ந்து கொண்டிருந்தது. கிறிஸ்டினாவின் தோழி, தன் பெற்றோர் ஏன் தன்னையும் தன் சகோதரியையும் ஒரே மாதிரியாக நடத்துவதில்லை என்று மண்டையைப் பிய்த்துக் கொண்டிருந்தார். பின்னர் ஒரு நாள் தன் பெற்றோரிடம் இதை நேராகவே கேட்டுவிடுவது என்று அவர் முடிவெடுத்தார்.

கிறிஸ்டினாவின் தோழியின் குற்றச்சாட்டைக் கேட்டு அவருடைய பெற்றோர் ஒரே நேரத்தில் வியப்பும் அதிர்ச்சியும் அடைந்தனர். அவருடைய பெற்றோர்,

தாங்கள் தங்களுடைய இரண்டு குழந்தைகளையும் ஒரே மாதிரியாகத்தான் நடத்திக் கொண்டிருந்தோம் என்று ஆணித்தரமாக நம்பினர். அப்படி இருக்கும்போது, கிறிஸ்டினாவின் தோழியின் மனத்தை எப்படித் தங்களால் காயப்படுத்தியிருக்க முடியும் என்பது அவர்களுக்குப் புரியவில்லை. அன்று இரவு கிறிஸ்டினாவின் தோழி தன் பெற்றோரிடமிருந்து விடைபெற்றுக் கொண்டபோது, தாங்கள் தங்களுடைய குழந்தைகளுக்கு இடையே வேறுபாடு காட்டினோம் என்பதை ஏற்றுக் கொள்ள அவர்கள் தயாராக இருக்கவில்லை என்பதையும், அதற்குப் பிறகும் அவர்கள் மாறப் போவதில்லை என்பதையும் உணர்ந்து கொண்டபோதிலும், ஒருவிதமான மன நிம்மதியை உணர்ந்தார். அவர் தன் மனத்தில் இருந்தவற்றைத் தன் பெற்றோரிடம் கொட்டிவிட்டிருந்ததுதான் அதற்குக் காரணம். அவருடைய பெற்றோர் அவருடைய கருத்துகளை ஏற்கவில்லை என்றபோதிலும், அவர் கூறியவற்றைக் காது கொடுத்துக் கேட்டிருந்தனர். அதுவே அவருக்குப் போதுமானதாக இருந்தது.

சில நேரங்களில், வெறுமனே உங்களுடைய மகிழ்ச்சியற்ற உணர்வுகளை நேருக்கு நேர் எதிர்கொண்டு, அவற்றை உங்களுடைய மனத்திலிருந்து கொட்டிவிட்டாலே, அது உங்களுடைய கோபதாபங்களைக் களைந்துவிடும்.

நீங்கள் உங்களுடைய பெற்றோரை மன்னிப்பதன் மூலம், நீங்கள் உங்களுடைய வாழ்க்கையில் ஒரு மாபெரும் அடியை முன்னோக்கி எடுத்து வைத்திருப்பீர்கள். அந்த மன்னித்தல் நடவடிக்கையே உங்களுக்கு ஒரு விடுதலை உணர்வைப் பெற்றுக் கொடுக்கும். நீங்கள் அதிக மகிழ்ச்சிகரமாக உணர்வீர்கள், உங்களுடைய மனம் அமைதி கொள்ளும்.

2. பழைய காதலர்கள்

அடுத்து நீங்கள் மன்னிக்க வேண்டியது உங்களுடைய கடந்தகாலக் காதலர்களைத்தான். நாம் ஒரு நெருக்கமான காதல் உறவில் ஈடுபட்டிருக்கின்றபோது, நாம் அவர்களால் வளைக்கப்படக்கூடிய ஆபத்து அங்கு நிலவுகிறது. அதிலுள்ள காதல் மற்றும் வேட்கையின் காரணமாக, நாம்

ஒளிவுமறைவின்றி அடுத்தவரிடம் நம்மை முற்றிலுமாக வெளிப்படுத்திக் கொள்கிறோம். நம்முடைய உடல், மனம், ஆவி அனைத்தையும் அடுத்தவரை நம்பி அவரிடம் ஒப்படைக்கத் துணிகிறோம்.

ஒரு காதல் உறவு முறிகின்றபோது, நாம் ஏராளமான எதிர்மறை உணர்ச்சிகளால் திக்குமுக்காடிப் போகிறோம். நாம் கோபமடைகிறோம், குற்றவுணர்வு கொள்கிறோம், பொறாமை கொள்கிறோம், மனக்கசப்பு அடைகிறோம், நம்முடைய செயல்களுக்கு நியாயம் கற்பிக்கிறோம், மற்றவரைக் குற்றம் சாட்டுகிறோம், அவர்மீது புகார் கூறுகிறோம், அவருக்குக் கண்டனம் தெரிவிக்கிறோம். நாம் நம்முடைய உணர்ச்சிகளை நம் கட்டுப்பாட்டுக்குள் வைத்திருக்காவிட்டால், நாம் கடும் மனச்சோர்வுக்கு ஆளாக நேரிடும். நம்முடைய உணர்ச்சிமயமான வாழ்க்கை ஒரு கருந்துளைக்குள் விழுந்துவிட்டது போன்ற நினைப்பு நமக்கு ஏற்படும்.

இங்கும் நீங்கள் உங்களுடைய அற்புதமான மனத்தைப் பயன்படுத்தி, உங்களுடைய எதிர்மறை உணர்ச்சிகளை மழுங்கடித்து, பிரச்சனையைத் தீர்த்து, உங்களுடைய வாழ்க்கையைத் திறம்பட வாழ வேண்டியது அவசியம்.

ஆனால் அவர்கள் ஏன் ஒருவரையொருவர் பிடித்துத் தொங்கிக் கொண்டிருக்கின்றனர்?

உங்களுடைய துணைவரிடமிருந்து நீங்கள் எதையாவது பெற விரும்பினாலொழிய அவரால் உங்கள்மீது எந்த ஆதிக்கமும் செலுத்த முடியாது. கடந்தகாலக் காதல் உறவு குறித்து நாம் கோபம் கொண்டிருக்கலாம் அல்லது அது குறித்து விரக்தி அடைந்திருக்கலாம். ஏனெனில், அந்த நபருடனான நம் உறவில் தீர்க்கப்பட்டிருக்காத அம்சம் அல்லது அம்சங்கள் ஏதாவது இன்னும் இருந்து கொண்டிருக்கலாம். இதில் மிகவும் மோசமானது, காதல் வயப்பட்டு இப்போது முறிந்து போயுள்ள ஓர் உறவில் ஈடுபட்டிருந்த ஒருவர், இன்னும் அந்தப் பழைய காதலர்மீது காதல் வயப்பட்டிருந்து அதை மீண்டும் தூண்ட ஆசைப்பட்டுக் கொண்டிருப்பதாகும். அந்த மற்ற நபருக்கு அந்த மாதிரியான உணர்வுகள் இல்லாதிருக்கும்போது, அவர் மேல் இவருக்குக் கோபம், குற்றவுணர்வு, தாழ்வு

மனப்பான்மை உட்பட, பல கலவையான உணர்ச்சிகள் ஏற்படக்கூடும்.

கடந்தகாலக் காதல் உறவில் ஈடுபட்டிருந்தவரை மன்னிப்பதற்கு, முதலில் அதில் நடந்த விஷயங்கள் அல்லது நடக்காமல் போயிருந்த விஷயங்களுக்கு நீங்கள் பொறுப்பேற்றுக் கொள்ள வேண்டும். பழியை மற்றவர்மீது போடாமல், அந்த உறவில் ஈடுபட்டதற்கும், அதில் தொடர்ந்து இருந்து வந்ததற்கும் நீங்கள் முழுப் பொறுப்பு ஏற்றுக் கொள்ள வேண்டும். நீங்கள் ஒரு தவறான உறவில் ஈடுபட்டிருந்தீர்கள் என்பதை நீங்கள் சில காலமாகவே அறிந்திருந்திருக்கக்கூடும். நீங்கள் எப்போதோ அதிலிருந்து விலகியிருக்க வேண்டும் என்பதையும் நீங்கள் அறிந்திருக்கக்கூடும்.

திருமணத்திற்கு நாள் குறித்துவிட்டு, தம்பதியர்களுக்கான ஆலோசனைகளைப் பெறச் சென்ற ஆயிரக்கணக்கான காதல் ஜோடிகளைப் பற்றி ஓர் ஆய்வு மேற்கொள்ளப்பட்டது. அவர்களில் 38 சதவீதத்தினர், தாங்கள் காதலித்திருந்த நபரைத் தாங்கள் மணமுடிக்க விரும்பவில்லை என்று அந்த ஆலோசனையாளரிடம் தனிப்பட்ட முறையில் தெரிவித்துள்ளனர். தங்களுடைய முடிவு தவறு என்று அவர்கள் உணர்ந்தனர். தாங்கள் காதலித்திருந்த நபரைத் தாங்கள் திருமணம் செய்து கொள்ள வேண்டும் என்று தங்களுடைய குடும்பத்தினரும் நண்பர்களும் எதிர்பார்த்ததால்தான் தாங்கள் திருமணம் செய்து கொள்ளச் சம்மதித்திருந்தோம் என்று அவர்கள் கூறினர்.

உங்களுக்கு முக்கியத்துவம் கொடுங்கள்

மற்றவர்கள் உங்களைப் பற்றி என்ன நினைப்பார்களோ என்ற கவலையால் ஒரு விஷயத்தைச் செய்யாமல் இருக்காதீர்கள். உங்களைப் பற்றி எவருமே நினைத்துக் கொண்டிருக்கவில்லை என்பதை நீங்கள் எப்படியும் ஒரு நாள் உணர்வீர்கள். இன்னும் சொல்லப் போனால், மற்றவர்கள் உங்களைப் பற்றி எவ்வளவு குறைவாக நினைத்துக் கொண்டிருக்கிறார்கள் என்பதை அறிந்தால் நீங்கள் உங்களைப் பற்றி அவமான உணர்வுகூடக்

கொள்ளக்கூடும்.

நீங்கள் செய்கின்ற அல்லது செய்யாமல் இருக்கின்ற எந்தக் காரியம் பிறரைத் திருப்திப்படுத்தும் என்பதை உங்களால் ஒருபோதும் உறுதியாக அறிய முடியாது. மற்ற உறவுகளைக் காட்டிலும், திருமணம் மற்றும் காதல் உறவுகள் உணர்ச்சிபூர்வமாக நெருக்கமானவையாக இருப்பதால், எல்லா விஷயங்களிலும் குறைந்தபட்சம் அது உங்களையாவது திருப்திப்படுத்துவதாக இருப்பதை நீங்கள் உறுதி செய்து கொள்ள வேண்டும். இந்த விஷயத்தில் சுயநலத்தோடு நடந்து கொள்ளுங்கள். உங்களுக்குச் சரியாக இருக்கின்ற காரியங்களில் மட்டுமே ஈடுபடுங்கள். பிறருடைய நேர்மறையான அல்லது எதிர்மறையான அபிப்பிராயங்கள் உங்கள்மீது தாக்கம் ஏற்படுத்த ஒருபோதும் அனுமதியாதீர்கள்.

மக்கள் தங்களால் முடிந்த அளவு சிறப்பாகச் செய்கின்றனர்

ஏராளமான மக்கள் கடும் பிரச்சனைகளுக்குப் பிறகு விவாகரத்துப் பெற்றுவிட்டு, அது முடிந்து பத்து அல்லது இருபது ஆண்டுகளுக்குப் பிறகும் அது குறித்துக் கோபமாகவும் மனக்கசப்புடன் இருந்து வருகின்றனர். தங்களுடைய திருமணத்திற்குள் தாங்கள் செய்திருந்த முதலீடு அனைத்தும் வீணாகிவிட்டிருந்தது என்ற உண்மையை அவர்களால் சகித்துக் கொள்ள முடிவதில்லை. தங்களுடைய முன்னாள் வாழ்க்கைத்துணைவர் செய்திருந்த காரியத்தை அவர்களால் மன்னிக்க முடிவதில்லை.

குழந்தை வளர்ப்பில் பெற்றோர் எப்படித் தங்களால் முடிந்த அளவு சிறப்பாகச் செயல்படுகின்றனரோ, அதுபோலவே, இருவர் திருமண உறவில் இறங்கும்போது, தங்களுக்குத் தெரிந்த விதங்களில் சிறப்பாகச் செயல்படுகின்றனர். ஒரு திருமணம் தோற்க வேண்டும் என்று கங்கணம் கட்டிக் கொண்டு எவரும் அதற்குள் குதிப்பதில்லை. மாறாக, ஏராளமான நம்பிக்கைகள், கனவுகள் மற்றும் அபிலாஷகளுடன்தாம் மக்கள் திருமண உறவுக்குள் அடியெடுத்து வைக்கின்றனர். காலப்போக்கில், மக்கள் மாறுகின்றனர், உறவு கசந்துவிடுகிறது. இது அவர்கள் இருவரின் தவறும் கிடையாது.

இங்கு எவரும் குற்றவாளிகள் அல்லர்

மகிழ்ச்சியற்ற மணவாழ்க்கை உங்களுடைய தவறு அல்ல. அதேபோல, அது உங்களுடைய துணைவரின் தவறும் கிடையாது. திருமணம் செய்து கொள்கின்ற அளவு இருவருக்கிடையே நிலவிய பொருத்தம் இனியும் அவர்களுக்கு இடையே நிலவிக் கொண்டிருக்கவில்லை. பொருத்தமின்மை என்பது ஒரு தேர்ந்தெடுப்பல்ல. அது வானிலையைப் போன்றது, அது தானாக நிகழ்கிறது. திருமண உறவில் இருக்கின்ற இருவர் ஒருவரிடமிருந்து ஒருவர் விலகி, தங்களைப் பற்றி, தங்களுடைய வாழ்க்கையைப் பற்றி, தங்களுடைய குழந்தைகளைப் பற்றி, தங்களுடைய வேலையைப் பற்றி, தங்களுடைய சமூக அந்தஸ்தைப் பற்றி வேறுபட்ட எண்ணங்களையும் உணர்வுகளையும் யோசனைகளையும் கொண்டிருக்கின்றனர். ஒவ்வோர் ஆண்டும் இது ஆயிரக்கணக்கான ஜோடிகளுக்கு நிகழ்ந்து கொண்டிருக்கிறது. மக்கள் எப்போதும் வளர்ந்து கொண்டும் பரிணாம வளர்ச்சி அடைந்து கொண்டும் இருக்கின்றனர். அதனால், திருமண பந்தத்தில் ஈடுபட்டுள்ள இருவர், ஒன்று, பொதுவான இலக்கு மற்றும் கனவை அடிப்படையாகக் கொண்டு ஒன்றாகச் சேர்ந்து வளர்கின்றனர் அல்லது ஆளுக்கொரு திசையில் பயணிக்கின்றனர். இதற்கு எவரையும் குற்றம் சாட்ட முடியாது.

கழட்டிவிட்டுவிடத் தீர்மானியுங்கள்

வெற்றி பெறாமல் போய்விட்டத் திருமணம் குறித்து நீங்கள் இப்போதும் கோபமாக இருந்து கொண்டிருந்தால், முதலில் அதைக் கழட்டிவிட்டுவிட நீங்கள் உங்கள் மனத்தில் தீர்மானிக்க வேண்டும். அதை எப்படியாவது சீர்செய்துவிடலாம் என்று நீங்கள் மனப்பால் குடித்துக் கொண்டிருக்கும்வரை, உங்களால் ஒருக்காலும் சுதந்திரமாக இருக்க முடியாது. மணமுறிவுக்கு அடுத்தவர்தான் காரணம் என்று நீங்கள் அடம்பிடித்துக் கொண்டிருக்கின்றவரை, உங்களால் மனநிம்மதியுடன் இருக்க முடியாது; உங்களால் உங்களுடைய வாழ்க்கையைச் சீராக ஓட்டிக் கொண்டிருக்க

முடியாது; உங்களால் ஒருபோதும் மகிழ்ச்சியாக இருக்க முடியாது.

ஒருவழியாக நீங்கள் உங்களுடைய மனத்தில் உங்களுடைய பழைய உறவைக் கழட்டிவிட்டுவிட்டால், அடுத்து நீங்கள் ஒரு கடிதம் எழுத உட்கார வேண்டும். உங்களுக்கு மகிழ்ச்சி, மனநிறைவு ஆகியவற்றைக் கொண்டு வருவதற்கான ஓர் ஆற்றல்மிக்க உத்தி இது.

நீங்கள் அக்கடிதத்தை ஒரு காகிதத்தில் எழுதிக் கொள்ளலாம் அல்லது மின்னஞ்சலில் எழுதலாம். அந்தக் கடிதத்தை நீங்கள் உங்களுடைய முன்னாள் வாழ்க்கைத்துணைவருக்கு எழுத வேண்டும். அதன் முதல் பத்தி இப்படி இருக்கலாம்: "நம்முடைய திருமணம் வெற்றி பெறாமல் போனது உண்மையிலேயே துரதிர்ஷ்டம்தான். ஆனால், அதன் தோல்விக்கான முழுப் பொறுப்பையும் நான் எடுத்துக் கொள்கிறேன்."

அதற்கு அடுத்தப் பத்தி இப்படி இருக்கட்டும்: "அதோடு, நாம் ஒன்றாகச் சேர்ந்து இருந்தபோது, எனக்கு மனக்காயங்கள் ஏற்படுத்திய உங்கள் பேச்சையும் செயல்களையும் நான் மனதார மன்னிக்கிறேன்." இக்கட்டத்தில் பலர், தங்களுக்கு மனக்காயங்கள் ஏற்படுத்திய விஷயங்கள் குறித்து ஒரு பெரிய பட்டியலே தயார் செய்யக்கூடும்.

கடைசி வரி இப்படி இருந்தால் போதும்: "கடவுள் உங்களை ஆசீர்வதிப்பாராக! உங்களுக்கு சகல சௌபாக்கியங்களும் உண்டாகட்டும்!"

அடுத்து நீங்கள் அந்தக் கடிதத்தை ஓர் உறையில் இட்டு, அதில் அஞ்சல் தலையை ஒட்டி, ஓர் அஞ்சல் பெட்டியில் போட்டுவிடுங்கள். மின்னஞ்சலில் எழுதியிருந்தால், அந்த நபரின் சரியான முகவரிக்கு அதை அனுப்பி வையுங்கள்.

அக்கடிதத்தைப் பெட்டியில் போட்ட அல்லது மின்னஞ்சலில் அனுப்பி வைத்த மறுகணமே, அது திரும்பப் பெற முடியாத ஒன்று என்பதை நீங்கள் அறிவீர்கள். அதோடு, அக்கணத்தில் உங்கள் தோளின்மீது அமர்ந்திருந்த பெரும் சுமையொன்றை இறக்கி வைத்த ஓர் உணர்வும் உங்களுக்கு ஏற்படும். நீங்கள் மகிழ்ச்சியாகவும்

ஆசுவாசமாகவும் உணர்வீர்கள், மனநிம்மதி அடைவீர்கள்.

இப்பயிற்சியைச் செய்யும்போது, இதை நீங்கள் உங்களுடைய விடுதலைக்காக மட்டுமே செய்து கொண்டிருக்கிறீர்கள் என்பதை நினைவில் வைத்திருக்க வேண்டும். அதை அடைவதற்கு நீங்கள் உங்கள் மனத்திலுள்ள அனைத்து உணர்ச்சிகளையும் எண்ணங்களையும் அதில் கொட்டிவிட வேண்டும். அக்கடிதத்தை அனுப்பி வைக்கின்றபோது, அதற்கு என்ன பதில் வரப் போகிறது என்பது குறித்த எந்த எதிர்பார்ப்பும் உங்களிடம் இருக்கக்கூடாது. நீங்கள் ஒரு பதிலை எதிர்பார்த்து இதை எழுதவில்லை, உங்களை விடுவித்துக் கொள்ளத்தான் இதை வரைந்தீர்கள் என்பதை நீங்கள் ஒருபோதும் மறக்கக்கூடாது.

கவலைப்படாதீர்கள்

இக்கட்டத்தில் பலருடைய மனங்களில் இக்கேள்வி எழக்கூடும்: "அம்மடலைப் பெறுகின்ற நபர், அக்கடிதத்தில் உள்ளதைத் தவறாக அர்த்தப்படுத்திக் கொண்டு, மீண்டும் என்னுடன் இணைந்து கொள்ள விரும்பினால் என்ன செய்வது?"

இதற்கான பதில் சிக்கலற்றது. அது குறித்துக் கவலைப்படாதீர்கள், பெரிதாக அலட்டிக் கொள்ளாதீர்கள். ஏனெனில், நீங்கள் அக்கடிதத்தை அந்த நபருக்காக எழுதியிருக்கவில்லை, உங்களுக்காகத்தான் எழுதினீர்கள். அந்த நபர் மகிழ்ச்சியாக இருக்கிறாரா அல்லது சோகமாக இருக்கிறாரா, கோபமாக இருக்கிறாரா அல்லது அமைதியாக இருக்கிறாரா, மனநிம்மதியுடன் இருக்கிறாரா அல்லது குழப்பத்தில் இருக்கிறாரா என்பதை நீங்கள் பொருட்படுத்தத் தேவையில்லை.

பெரும்பாலான சமயங்களில், ஒருவர் தன்னுடைய மணவாழ்க்கையின் தோல்விக்குத் துணிச்சலுடன் பொறுப்பேற்றுக் கொண்டு மற்றவரை மன்னிக்கின்றபோது, அந்த நபரும் முற்றிலுமாக மாறிப் போய்விடுகிறார். அவரும் தன் கோபத்திற்கு முழுக்குப் போட்டுவிடுகிறார், எதிர்மறை எண்ணங்களுக்கு விடைகொடுத்துவிடுகிறார். பெரும்பாலான நேரங்களில், இப்படி முன்னாள்

ஜோடிகளில் ஒருவர் கடிதம் எழுதுகின்றபோது, அவர்கள் இருவரும் நண்பர்களாக ஆகிவிடுகின்றனர், தங்களுடைய குழந்தைகளுக்கு அருமையான பெற்றோராக மாறிவிடுகின்றனர்.

3. மற்றவர்கள்

அடுத்ததாக, உங்களுடைய வாழ்க்கையில் உங்களுக்கு ஏதோ ஒரு விதத்தில் மனக்காயம் ஏற்படுத்தியிருந்த மற்றவர்கள் அனைவரையும் நீங்கள் மன்னித்தாக வேண்டும். நீங்கள் வளர்ந்து கொண்டிருந்தபோது உங்களிடம் நேசமற்ற முறையில் நடந்து கொண்டிருந்த உங்களுடைய உடன்பிறப்புகளை நீங்கள் மன்னித்தாக வேண்டும். உங்களிடம் கனிவாக நடந்து கொள்ளாத, கொடுமையாக நடந்து கொண்ட நண்பர்கள் அனைவரையும் நீங்கள் மன்னிக்க வேண்டும். உங்களை நியாயமற்ற முறையில் நடத்தியிருந்த உங்களுடைய முன்னாள் அதிகாரிகள் மற்றும் முதலாளிகளை நீங்கள் மன்னிக்க வேண்டும். உங்களை ஏமாற்றியிருந்த, உங்களுக்குப் பண இழப்பு ஏற்படக் காரணமாக இருந்த தொழிற்கூட்டாளிகளை நீங்கள் மன்னிக்க வேண்டும். உங்களுக்கு வருத்தம் ஏற்படுத்தியிருந்த அனைத்து நபர்களையும் நீங்கள் மன்னிக்க வேண்டும்.

நீங்கள் அவர்களை உங்களுக்காகத்தான் மன்னிக்கிறீர்கள் என்பதை மறக்கக்கூடாது. அவர்களை நீங்கள் மன்னித்தீர்கள் என்று அவர்களிடம் நீங்கள் சொல்லக்கூடத் தேவையில்லை. அவர்களை நீங்கள் உங்கள் மனத்தில் மட்டும் மன்னித்தாலே போதும்.

இப்படிப்பட்ட நபர்களின் நினைப்பு உங்களுக்கு எழும்போதெல்லாம், அவர்களை ஆசீர்வதிப்பதன் மூலமும் அவர்களுக்கு நல்லது நடக்க வேண்டும் என்று வாழ்த்துவதன் மூலமும் உங்களால் அந்த நினைப்பை முறியடித்துவிட முடியும். அந்த நபர்களைப் பற்றிப் பிறரிடம் பேசவோ அல்லது விவாதிக்கவோ செய்யாதீர்கள். அது எரிகின்ற நெருப்புக்கு எண்ணெய் வார்ப்பதுபோல ஆகி, குணமாதலைத் தாமதப்படுத்தும். அதற்குப் பதிலாக, அந்த எண்ணத்தை முறியடித்துவிட்டு,

அதை உங்கள் மனத்திலிருந்து தூக்கியெறிந்துவிடுங்கள். போகப் போக அந்த நபர் மற்றும் அந்தச் சூழ்நிலை பற்றிய நினைப்புப் படிப்படியாகக் குறைந்து கொண்டே வந்து, ஒரு கட்டத்தில் சுத்தமாக நின்றுவிடும்.

4. நீங்கள்

கடைசியாக நீங்கள் மன்னிக்க வேண்டிய நபர் நீங்கள்தான். உங்களுடைய வாழ்க்கையில் இதுவரை உங்களுக்கு மனக்காயம் ஏற்படுத்தியிருந்த அனைவரையும் மன்னிக்கக்கூடிய துணிச்சலை நீங்கள் இப்போது பெற்றிருப்பதால், மன்னிக்கப்பட வேண்டியவர்களின் பட்டியலில் இறுதியாக உங்களுடைய பெயரையும் சேர்த்துக் கொள்ள வேண்டும்.

பலர், கடந்தகாலத்தில் எப்போதோ தாங்கள் செய்திருந்த ஒரு தவற்றை இப்போதும் அசைபோட்டுக் கொண்டிருப்பதால், அவர்கள் முன்னேற முடியாமல் தத்தளித்துக் கொண்டிருக்கின்றனர். அவர்கள் இளமையாக இருந்தபோது, ஒருவேளை அவர்கள் மடத்தனமான ஒரு காரியத்தையோ அல்லது கொடூரமான ஒரு காரியத்தையோ செய்திருக்கலாம். அல்லது, முந்தைய காதல் உறவில் தன்னுடன் உறவாடியவருக்கு அவர்கள் மனக்காயம் ஏற்படுத்தியிருக்கலாம். அல்லது, அவர்கள் தங்களுடைய வேலையிடத்திலோ அல்லது தங்களுடைய தொழில்வாழ்க்கையிலோ தங்களுடைய நடவடிக்கையின் மூலம் யாரோ ஒருவருக்கு மனக்காயமோ அல்லது பண இழப்போ ஏற்படுத்தியிருந்திருக்கலாம்.

இது உங்கள் வாழ்க்கைக்கும் பொருந்தும் என்றால், நீங்கள் பின்வருத்தத்தாலும் மன உளைச்சலாலும் அவதிப்பட்டுக் கொண்டிருக்கக்கூடும். நீங்கள் மகிழ்ச்சியற்று இருப்பீர்கள். நீங்கள் சொல்லியிருந்ததைச் சொல்லாமல் இருந்திருக்கலாம் என்றோ, அல்லது செய்திருந்த காரியத்தைச் செய்யாமல் இருந்திருக்கலாம் என்றோ திரும்பத் திரும்ப யோசித்துக் கொண்டிருப்பீர்கள். குற்றவுணர்வு உங்களை வாட்டிக் கொண்டிருக்கும், எதிர்மறை உணர்ச்சிகள் உங்களைச் சுற்றி வட்டமிட்டுக் கொண்டேயிருக்கும். உங்களுடைய முழு ஆற்றலையும்

நீங்கள் அடைய முடியாதபடி அவை உங்களைப் பின்னுக்கு இழுத்துப் பிடித்துக் கொண்டிருக்கும். நல்ல விஷயங்களுக்கு நீங்கள் தகுதியானவர் அல்லர் என்ற உணர்வை நீங்கள் பெறுவதற்கு அது வழி வகுக்கும், உங்களுடைய வெற்றிக்குக் குழி பறிக்கும்.

மாறிக் கொண்டேயிருக்கும் மனிதர் நீங்கள்

இன்றிருக்கின்ற நீங்கள், கடந்தகாலத்தில் நீங்கள் செய்திருந்த காரியங்களைச் செய்திருந்த அதே நபர் அல்லர். இன்றுள்ள நீங்கள் அனுபவத்தாலும் அறிவாற்றலாலும் முதிர்ச்சி அடைந்த ஒரு நபர். இன்றிருக்கின்ற ஒரு நபராக நீங்கள் அன்றிருந்திருந்தால், அன்று செய்திருந்த விஷயங்களை ஒருக்காலும் செய்திருக்க மாட்டீர்கள். நெடுங்காலத்திற்கு முன்பு அந்த நபர் செய்திருந்த ஒரு காரியத்திற்குத் தொடர்ந்து வருத்தப்பட்டுக் கொண்டிருப்பதன் மூலம் இப்போது இருக்கின்ற உங்களை நீங்கள் தொடர்ந்து தண்டித்துக் கொண்டிருக்க முடியாது.

பின்வருத்தங்களும் மன உளைச்சல்களும் பொறுப்புணர்வுக்கான அல்லது மனசாட்சிப்படி நடப்பதற்கான அறிகுறிகள் அல்ல. மாறாக, அவை உங்களை முன்னேறவிடாமல் இழுத்துப் பிடித்து வைத்திருக்கின்ற பலவீனங்களே. உங்களுடைய சொந்த சோகக் கடலுக்குள் மூழ்கிக் கிடக்காமல், "நான் செய்திருந்த காரியங்களுக்காக என்னை நான் மன்னித்துக் கொள்கிறேன். இப்போது இருக்கின்ற நான் அப்போது இருந்த நான் அல்லன்," என்று கூறிக் கொள்ளுங்கள்.

உங்களை விடுவியுங்கள்

ஏராளமானோர் தங்களுடைய கடந்தகாலத்தில் நிகழ்ந்திருந்த அல்லது நிகழாமலிருந்த விஷயங்களை விட்டுத்தள்ள முடியாமல் தவிப்பதால்தான் மகிழ்ச்சியற்று இருக்கின்றனர். அது அவர்களுடைய மோசமான குழந்தைப்பருவமாக இருக்கலாம், அல்லது ஒரு மோசமான திருமணமாகவோ, ஒரு மோசமான வேலையாகவோ, அல்லது ஒரு தவறான கணிப்பால் மேற்கொள்ளப்பட்டப் பெரும் பண இழப்பாகவோ இருக்கலாம். அது

எதுவாக இருந்தாலும், அதை விட்டுத்தள்ள முடியாமல் இருப்பதால்தான் அவர்களால் முன்னே செல்ல முடியவில்லை.

மற்ற எல்லோரையும்போலவே நீங்களும் ஒரு சராசரியான வாழ்க்கையை வாழ்ந்திருந்தால், உங்கள் வாழ்க்கையில் நீங்கள் பலதரப்பட்டத் தவறுகளைச் செய்திருப்பீர்கள்; குழந்தைப்பருவத்திலிருந்தே உங்கள் வாழ்நாளின் ஊடாகப் பலதரப்பட்ட மக்களிடம் பழகிப் பல விதமான பிரச்சனைகளை எதிர்கொண்டிருப்பீர்கள். இது இயல்பானதுதான், வழமையானதுதான். இங்குக் கேட்கப்பட வேண்டிய ஒரே கேள்வி இதுதான்: "நீங்கள் முதலிலிருந்தே மன்னித்தலைக் கடைபிடித்து அந்த மோசமான உணர்விலிருந்து மீண்டு வருகிறீர்களா அல்லது அதன் சுமை உங்களை அழுத்தி, உங்களைப் பின்னுக்கு இழுத்துப் பிடிக்க அனுமதித்துள்ளீர்களா?"

ஒரு முக்கியத் தடை

கடந்தகாலத்தில் தங்களுக்கு மனக்காயம் ஏற்படுத்தியிருந்தவர்களை மன்னிக்க வேண்டும் என்பதை ஏராளமான மக்கள் ஏற்றுக் கொள்கின்றனர். ஆனாலும் அவர்கள் ஏதாவது ஒரு சிறு பகுதியை மன்னிப்பதற்கு மறுத்துத் தங்களுக்குள் ஒளித்து வைத்திருப்பர். தங்களை மிகவும் மனவேதனைக்கு ஆளாக்கிய ஒருவரை மட்டும் மன்னிக்க முடியாமல் இருத்தல் இதற்கான ஓர் எடுத்துக்காட்டு.

ஆனால், கடந்தகாலத்தில் நிகழ்ந்த ஏதோ ஒரு விஷயத்திற்காக ஒரே ஒரு நபரை மன்னிக்க மறுப்பது, ஒரே ஓர் எதிர்மறை உணர்ச்சியைப் பிடித்துத் தொங்கிக் கொண்டிருப்பது, உங்களுடைய ஆரோக்கியம், மகிழ்ச்சி மற்றும் மனநிறைவு குறித்த உங்களுடைய நம்பிக்கைகளையும் கனவுகளையும் சுக்குநூறாக்கிவிடப் போதுமானது.

உங்களுடைய மனத்தின் ஆழத்தில், பிரக்ஞைபூர்வமற்ற, வலிமிக்க ஒரு கடந்தகால அனுபவத்தின் அடிப்படையில் அமைந்திருந்த, உங்களால் மன்னிக்கப்படாதிருக்கின்ற

ஏதோ ஒரே ஒரு தடை இருந்தால்கூட உங்களால் முன்னேற முடியாது. நீங்கள் எவ்வளவு கடினமாக உழைத்தாலும் சரி, உங்களுடைய குடும்பம், குழந்தை வளர்ப்பு, வேலை, ஆரோக்கியம், பொருளாதார நிலை போன்றவற்றில் உங்களால் பெரிய அளவில் மேம்பாடு அடைய முடியாது. நீங்கள் எவ்வளவு குறைவாக முன்னேறுகிறீர்களோ, வாழ்க்கையில் அவ்வளவு அதிகமாக அதிருப்தி கொள்வீர்கள்.

உளவியலாளர்கள் தங்களிடம் வருகின்ற நோயாளிகளிடம் இந்த ஒற்றைத் தடையைக் கண்டுபிடிப்பதில் அதிக ஆற்றலைச் செலவிடுவர். அதை அடையாளம் கண்டுகொண்டாலே, அந்த நோயாளிக்கு ஒருவிதமான விடுதலையுணர்வு கிட்டிவிடும்.

இப்போது இதைச் செய்யுங்கள்

உங்களுடைய கடந்தகால வாழ்க்கையைத் திரும்பிப் பார்த்து, இன்றுவரை உங்களுக்குக் குற்றவுணர்வு, கோபம் மற்றும் தகுதியின்மை உணர்வுகளைத் தோற்றுவித்துக் கொண்டிருக்கின்ற மிக மோசமான அனுபவம் ஒன்றை நினைவுகூருங்கள். "அது எப்படிப்பட்டச் சூழ்நிலையில் நிகழ்ந்தது?" என்று உங்களை நீங்களே கேட்டுக் கொள்ளுங்கள். உங்களால் கடந்தகாலத்திற்குத் திரும்பிச் சென்று அந்த நபருடன் பேச முடிந்தால், இப்போது உங்களுக்கு இருக்கின்ற அனுபவ அறிவைக் கொண்டு அந்த நபருக்கு எத்தகைய அறிவுரையை நீங்கள் கொடுப்பீர்கள்? அந்த அனுபவத்தின் ஊடாக நீங்கள் கற்றுக் கொண்ட படிப்பினை என்ன? அந்த அனுபவத்திலிருந்து நீங்கள் கற்றுக் கொண்ட மதிப்புமிக்க விஷயம் எது?

பிறரிடம் மன்னிப்புக் கேளுங்கள்

பிறரிடம் மன்னிப்புக் கேட்பதற்கு ஏராளமான தன்னம்பிக்கையும் மன வலிமையும் தேவை. இது உணர்வு சம்பந்தப்பட்ட விஷயம் என்பதால் இது உங்களுக்குக் கடுமையான மன அழுத்தத்தைக் கொடுக்கக்கூடும்.

நீங்கள் கடந்தகாலத்தில் செய்திருந்த ஒரு காரியம் குறித்து இன்றளவும் மோசமாக உணர்ந்து கொண்டிருந்தால், மன்னிப்புக் கேட்பதைத் தவிர வேறு வழியில்லை.

துணிந்து இறங்குங்கள்

அதிர்ஷ்டவசமாக, இதை உங்களால் எளிதில் செய்து முடிக்க முடியும். எடுத்துக்காட்டாக, இப்போதே நீங்கள் உங்களுடைய தொலைபேசியை எடுத்து, நீங்கள் மன்னிப்புக் கேட்க விரும்புகின்ற அந்த நபரை அழைத்து, "ஹலோ! நான் . . . . . பேசுகிறேன். சில காலத்திற்கு முன்பு நமக்கிடையே நடந்த ஒரு சம்பவம் உங்களுக்கு நினைவிருக்கலாம். அதற்காக நான் உங்களிடம் மன்னிப்புக் கேட்டுக் கொள்கிறேன். நீங்களும் என்ன மன்னிப்பீர்கள் என்று நம்புகிறேன்," என்று கூறலாம்.

அதற்கு அந்த நபர் எப்படி எதிர்வினையாற்றுகிறார் என்பது இங்கு ஒரு பொருட்டல்ல. அவர் உங்கள்மீது கடும் சீற்றம் கொள்ளக்கூடும். அல்லது, "நீங்கள் என்னை அழைத்துப் பேசியதற்கு நன்றி. நானும் உங்களை மன்னித்துவிடுகிறேன். நாம் அடுத்த வாரம் ஒன்றாகச் சேர்ந்து உணவருந்தினால் என்ன?" என்றுகூடக் கேட்கலாம்.

பல ஆண்டுகளாக முரண்டு பிடித்துக் கொண்டிருந்த பலர், அதில் ஒருவர் மற்றவரிடம் துணிச்சலுடன், "என்னை மன்னித்துவிடுங்கள்," என்று கேட்டக் காரணத்தினால் மீண்டும் நல்ல நண்பர்களாக ஆகியுள்ளனர்.

முடிந்தால், அந்த நபரை நேரில் சந்திப்பது இன்னும் நல்லது. எதுவுமே சாத்தியமில்லை என்றால், குறைந்தபட்சம், அந்த நபரிடம் மன்னிப்புக் கேட்டு ஒரு கடிதத்தையாவது நீங்கள் எழுதி அனுப்பலாம்.

சபலத்திற்கு இடம் கொடுக்காதீர்கள்

மன்னிப்புக் கேட்பது தொடர்பாக ஒரு முக்கியமான விஷயம்: உங்களுடைய பக்கக் கதையைச் சொல்வதற்கும், உங்களைத் தற்காத்துக் கொள்வதற்கும், உங்களுடைய செயலை நியாயப்படுத்துவதற்கும் எழுகின்ற துடிப்பை

நீங்கள் அடக்கிக் கொள்ள வேண்டும். நடந்த விஷயத்திற்குப் பொறுப்பேற்றுக் கொண்டு, "என்னை மன்னித்துவிடுங்கள்!" என்று மனப்பூர்வமாகக் கூறுங்கள். அத்துடன் விட்டுவிடுங்கள். உங்களுடைய செய்கையை நியாயப்படுத்தவோ அல்லது உங்களுடைய நடத்தைக்கு விளக்கமளிக்கவோ நீங்கள் முயன்றால், விஷயங்களை மீண்டும் பழைய நிலைக்கு எடுத்துச் செல்ல மட்டுமே அது உதவும். இந்த மன்னிப்புக் கேட்டலின் நோக்கமான உங்களை விடுவித்துக் கொள்வதற்கு அது உதவாது.

இறுதியாக, தேவையெனில், அது சரியாக இருக்கும் என்று நீங்கள் நினைக்கின்ற பட்சத்தில், நீங்கள் செய்துள்ள காரியத்திற்கு நஷ்ட ஈடு தருவதற்கோ அல்லது அதற்கு வேறு ஏதாவது ஒரு வழியில் பரிகாரம் செய்வதற்கோ நீங்கள் முன்வரலாம். அதில் நீங்கள் பெருந்தன்மையுடன் நடந்து கொள்ளுங்கள்.

நீங்கள் உங்களையும் பிறரையும் மன்னிப்பதன் மூலமும், பிறரின்மீது வன்மம் கொள்ளாமலும் அவர்களைக் குறித்து எதிர்மறை உணர்ச்சிகளை உருவாக்கிக் கொள்ளாமலும் இருப்பதன் மூலமும் நீங்கள் மிக உயர்ந்த மனிதராக ஆகிவிடுகிறீர்கள். மன்னித்தல் உங்களை விடுவிக்கும், உங்களுடைய ஆற்றலைக் கட்டவிழ்த்துவிடும், உங்களை ஒரு பூரணமான நேர்மறையாளராக மாற்றிவிடும். முயற்சி செய்து விளைவுகளை நீங்களே கண்கூடாகப் பாருங்கள்.

இப்போது இதைச் செய்யுங்கள்

நீங்கள் எப்போது நினைத்தாலும் உங்கள் மனத்தில் கோபத்தையும் எதிர்மறை உணர்ச்சிகளையும் தூண்டுகின்ற ஒரு நபரை ஞாபகப்படுத்திக் கொள்ளுங்கள். அவர் குறித்த மிக மோசமான எதிர்மறை அனுபவம் ஒன்றை நினைவுபடுத்திக் கொள்ளுங்கள்.

அந்த மனிதரைப் பற்றிய நினைவு உங்களுக்கு வரும்போதெல்லாம், அவரை மன்னிக்கத் தொடங்குங்கள். அந்த நிகழ்வுக்கு நீங்களும் பொறுப்பு என்பதை ஏற்றுக் கொள்ளுங்கள். அந்த நபர்மீதுள்ள அனைத்து எதிர்மறை உணர்ச்சிகளும்

கோபங்களும் வடிந்து போகின்றவரை அந்த நபரைத் தொடர்ந்து மன்னித்துக் கொண்டிருங்கள், அவரை ஆசீர்வதித்துக் கொண்டிருங்கள், அவரை வாழ்த்திக் கொண்டிருங்கள்.

அதற்குப் பின் உங்களுடைய வாழ்க்கையில் இன்னும் நீங்கள் கோபமாக இருக்கின்ற அனைத்து மனிதர்களின் பட்டியல் ஒன்றைத் தயாரியுங்கள். நீங்கள் அமைதியாகவும் ஆசுவாசமாகவும் ஆகின்றவரை, அவர்கள் ஒவ்வொருவரையும் மன்னித்துக் கொண்டே இருங்கள்.

12

நேர்மறையான ஆளுமைகளை உருவாக்கிக் கொள்வதற்கான ஏழு வழிகள்

"மக்களின் சொந்த ஆற்றலின் மூலத்தை அடைவதற்கு வழிகாட்டுவதன் மூலம் அவர்கள் ஊக்கம் பெற உதவுங்கள்."

- பால் ஜி. தாமஸ்

நீங்கள் உண்கின்ற உணவு உங்களுடைய ஆரோக்கியம் மற்றும் ஆற்றலின்மீது நேரடித் தாக்கம் விளைவிக்கக்கூடியது. நீங்கள் மோசமான உணவுகளைத் தவிர்த்துவிட்டு, புதிய, ஆரோக்கியமான, தரமான உணவுகளை உட்கொண்டால், உங்கள் ஆற்றல் அதிகரிக்கும்; உங்கள் நோயெதிர்ப்பு சக்தி கூடும்; உங்களால் நன்றாகத் தூங்க முடியும்; அத்துடன், நீங்கள் மகிழ்ச்சியாகவும் ஆரோக்கியமாகவும் உணர்வீர்கள்.

அதேபோலவே, உங்களுடைய மனத்திற்கு நீங்கள் போடுகின்ற தீனி, பெருமளவுக்கு உங்களுடைய ஆளுமையையும், பண்புநலன்களையும், கிட்டத்தட்ட உங்களுடைய வாழ்க்கையில் நிகழ்கின்ற அனைத்தையும் தீர்மானிக்கிறது. நேர்மறையான யோசனைகள், தகவல்கள், நூல்கள், உரையாடல்கள், ஒலிப்பதிவுகள் மற்றும் எண்ணங்களால் நீங்கள் உங்களுடைய

மனத்தை நிரப்புகின்றபோது, நீங்கள் உங்களுக்குள் ஒரு நேர்மறையான, திறமிக்க ஆளுமையை உருவாக்கிக் கொள்வீர்கள். நீங்கள் செல்வாக்குமிக்க ஒரு நபராக உருவாவீர்கள். உயர்ந்த அளவிலான தன்னம்பிக்கையையும் சுயமதிப்பையும் நீங்கள் பெறுவீர்கள்.

கணினி உலகில், "கணினிக்குள் குப்பைத்தனமான விஷயங்களைச் செலுத்தினால், அது குப்பைத்தனமான விஷயங்களையே வெளியே தள்ளும்," என்ற புளித்துப் போன ஒரு கூற்று உண்டு. அதற்கு நேரெதிரானதும் உண்மை. "நல்லதைப் போட்டால், அது நல்லதைக் கொடுக்கும்."

நீங்கள் உங்களுடைய மனத்தை முழுமையாக உங்களுடைய கட்டுப்பாட்டில் எடுத்துக் கொண்டு, எதிர்மறை எண்ணங்களையும் உணர்ச்சிகளையும் ஒழித்துக்கட்டிவிட்டு, ஒரு முழுமையான நேர்மறையான நபராக ஆவது என்ற தெளிவான, சந்தேகத்திற்கு இடமில்லாத ஒரு தீர்மானத்தை எடுக்கின்றபோது, உங்களால் உங்களிடம் ஒரு பரிபூரண மாற்றத்தை ஏற்படுத்த முடியும்.

உங்களால் எவ்வளவு முடியுமோ அவ்வளவு சிறப்பாகச் செயல்படுங்கள்

மனநலம் என்பது உடல்நலத்தைப் போன்றதே. மிக உயர்ந்த சுயமதிப்பையும் நேர்மறையான மனப்போக்கையும் பயிற்சியின் மூலம் உங்களால் உருவாக்கிக் கொள்ள முடியும். ஒரு பரிபூரண நேர்மறையாளராக ஆவதற்கான ஏழு முக்கிய அம்சங்களை இப்போது நாம் பார்க்கலாம்.

1. நேர்மறையான சுயபேச்சு

உங்களுக்கு நீங்களே பேசிக் கொள்கின்றபோது, நேர்மறையாகப் பேசிக் கொள்ளுங்கள். உங்களுடைய உள்ளார்ந்த உரையாடலை உங்களுடைய கட்டுப்பாட்டில் வைத்திருங்கள். தனிப்பட்ட முறையிலுள்ள, நேர்மறையான, நிகழ்கால வார்த்தை வடிவில் இருக்கின்ற சுயபிரகடனங்களைப் பயன்படுத்துங்கள். "எனக்கு

என்னைப் பிடிக்கும்!", "என்னால் இதைச் செய்ய முடியும்!", "நான் அதிசிறப்பாக உணர்கிறேன்," போன்றவை இதற்கான சில எடுத்துக்காட்டுகள்.

உங்களுடைய உணர்ச்சிகளில் 95 சதவீதம், ஒரு நாளின் ஊடாக நீங்கள் உங்களிடம் நடத்திக் கொண்டிருக்கின்ற சுயபேச்சால்தான் தீர்மானிக்கப்படுகிறது. நீங்கள் உங்களுடன் வேண்டுமென்றே, பிரக்ஞையுடன், நேர்மறையான, உருப்படியான வழியில் பேசிக் கொண்டிருக்காவிட்டால், உங்களுக்கு மகிழ்ச்சியின்மை, கவலை மற்றும் பதற்றத்தை உருவாக்குகின்ற விஷயங்களைப் பற்றித்தான் நீங்கள் சிந்தித்துக் கொண்டிருப்பீர்கள்.

நாம் முன்பே பார்த்ததுபோல, உங்களுடைய மனம் ஒரு தோட்டத்தைப் போன்றது. நீங்கள் வலிந்து அதில் பூச்செடிகளை வளர்க்காவிட்டால், அதில் களைகள்தாம் மண்டிக் கிடக்கும்.

2. நேர்மறையான மனக்காட்சிப்படைப்பு

உங்களிடம் இருக்கின்ற ஆற்றல்களிலேயே மிகவும் சக்தி வாய்ந்தது, உங்களுடைய இலக்குகள் ஏற்கனவே நனவாகிவிட்டதைப்போல உங்களுடைய மனத்தில் அதைக் காட்சிப்படுத்துவதுதான்.

உங்களுடைய இலக்குகள் மற்றும் உங்களுடைய கனவு வாழ்க்கை குறித்தத் தெளிவான, உற்சாகம் ஊட்டுகின்ற காட்சிகளை உங்கள் மனத்தில் உருவாக்கிக் கொண்டு, அவற்றை நீங்கள் உங்கள் மனத்தில் மீண்டும் மீண்டும் ஓடவிட்டுக் கொண்டிருக்க வேண்டும். உங்களுடைய வாழ்க்கையின் அனைத்து மேம்பாடுகளும் உங்களுடைய மனக்காட்சிப்படைப்பின் மேம்பாட்டுடன் துவங்கும். அகத்தில் நீங்கள் உங்களை எப்படிப் பார்க்கிறீர்களோ, அப்படியே புறத்தில் நீங்கள் மிளிர்வீர்கள்.

3. நேர்மறையான மக்கள்

நீங்கள் யாருடன் வாழ்கிறீர்கள், யாருடன் வேலை செய்கிறீர்கள், யாருடன் தொடர்பு வைத்துள்ளீர்கள் என்பது குறித்த உங்களுடைய தேர்ந்தெடுப்பு, மற்ற அனைத்துக்

காரணிகளையும்விட, உங்களுடைய உணர்ச்சிகளின்மீதும் உங்களுடைய வெற்றியின்மீதும் அதிகமான தாக்கம் ஏற்படுத்தவல்லது. வெற்றியாளர்கள், நேர்மறையாளர்கள், நன்னம்பிக்கையாளர்கள், மகிழ்ச்சியானவர்கள் மற்றும் சாதனையாளர்களுடன் மட்டுமே தொடர்பு வைத்துக் கொள்வது என்று இன்றே உறுதி பூணுங்கள்.

எப்பாடு பட்டாவது எதிர்மறையாளர்களைத் தவிர்த்துவிடுங்கள். வாழ்க்கையில் நிலவுகின்ற மகிழ்ச்சியின்மைக்கான மூலகாரணம் பெரும்பாலும் எதிர்மறையாளர்களே. உங்களுடைய வாழ்க்கைக்குள் நீங்கள் ஒருபோதும் எதிர்மறையாளர்களை அனுமதிக்கப் போவதில்லை என்று இன்றே உறுதியெடுத்துக் கொள்ளுங்கள்.

4. நேர்மறையான மனத் தீனி

நீங்கள் எவ்வளவு அதிக ஆரோக்கியமான உணவுகளை உட்கொள்கிறீர்களோ உங்கள் உடல் அவ்வளவு அதிக ஆரோக்கியமாக இருப்பதைப்போல, உங்களுடைய மனத்திற்கும் நீங்கள் எவ்வளவு அதிக ஆரோக்கியமான தீனியை அளிக்கிறீர்களோ அது அவ்வளவு அதிக ஆரோக்கியமானதாக இருக்கும்.

அறிவுபூர்வமான, ஊக்குவிக்கின்ற, உத்வேகம் அளிக்கின்ற புத்தகங்கள், பத்திரிகைகள் மற்றும் கட்டுரைகளைப் படியுங்கள். உங்களுக்கு உற்சாகத்தை அளிக்கின்ற, உங்களை மகிழ்ச்சியாக உணரச் செய்கின்ற, உங்களுடைய தன்னம்பிக்கையை உயர்த்துகின்ற தகவல்களாலும் யோசனைகளாலும் உங்களுடைய மனத்தை நிரப்புங்கள்.

நேர்மறையான, உருப்படியான விஷயங்களைக் கொண்டுள்ள ஒலிப்புத்தகங்களை, ஆடியோ சிடிக்களைக் கேளுங்கள். நீங்கள் சிறப்பாகச் சிந்திக்கவும் செயல்படவும் உதவக்கூடிய நேர்மறைத் தகவல்களை உங்களுடைய மனத்திற்குள் செலுத்துங்கள்.

நேர்மறையான டிவிடிக்கள், அறிவார்ந்த தொலைக்காட்சி நிகழ்ச்சிகள், மற்றும் இணையப் பயிற்சிகளைப் பாருங்கள். உங்களுடைய அறிவை

விரிவுபடுத்துகின்ற, உங்களுடைய வாழ்க்கையை உயர்த்துகின்ற, உங்களைப் பற்றி நன்றாக உணர வைக்கின்ற பிற விஷயங்களைக் காணுங்கள்.

5. நேர்மறையான பயிற்சிகள்

பெரும்பாலான மக்கள் மிகக் குறைந்த வளவசதிகளுடனேயே தங்களுடைய வாழ்க்கையைத் துவக்குகின்றனர். சிலர் தங்கள் கையில் சல்லிக்காசின்றித் தங்கள் வாழ்க்கையை ஆரம்பிக்கின்றனர். பெரும்பாலும், மக்கள் ஏதோ ஒரு விதத்தில் தங்களுடைய தனிப்பட்டச் சேவையை அளித்து அதற்குப் பதிலீடாகப் பணத்தை ஈட்டுகின்றனர். இன்று உச்சியில் இருக்கின்ற நபர்கள் அனைவருமே ஒரு சமயத்தில் கீழ்மட்டத்தில்தான் இருந்தனர். சில நேரங்களில் அவர்கள் மேலேயிருந்து பல முறை கீழே விழுந்து மீண்டெழுந்துள்ளனர்.

வாழ்நாள் முழுவதும் கற்றுக் கொண்டேயிருத்தலும் தனிப்பட்ட முறையில் மேம்படுத்திக் கொள்ளுதலும்தான் ஒருவரைக் குப்பைமேட்டிலிருந்து மாடமாளிகைக்கு அழைத்துச் செல்கிறது, அவர்களைச் சாதனையாளர்களாக ஆக்குகிறது, அவர்களுக்குப் பொருளாதாரச் சுதந்திரத்தைப் பெற்றுத் தருகிறது. “ஏட்டுக் கல்வி நீங்கள் வாழ்க்கையை ஓட்டுவதற்கு உதவும்; சுயகல்விதான் உங்களுக்குப் பெரும் பணத்தை ஈட்டிக் கொடுக்கும்,” என்று ஜிம் ரோன் கூறியுள்ளார்.

கற்றுக் கொள்வதற்கும் வளர்வதற்கும் உங்களை நீங்கள் அர்ப்பணித்துக் கொள்கின்றபோது, உங்களுடைய சிந்தனையும் செயல்பாடும் மேம்படுகின்றன; உங்களுடைய வாழ்க்கை முழுமையாக உங்களுடைய கட்டுப்பாட்டிற்குள் வருகிறது; நீங்கள் பெரும் உயரத்திற்குச் செல்வதற்கான வாய்ப்புகள் பெருகுகின்றன.

6. நேர்மறையான உடல் ஆரோக்கியப் பழக்கங்கள்

உங்களுடைய உடல் ஆரோக்கியத்தைச் சிறப்பாகப் பராமரித்துக் கொள்ளுங்கள். நீங்கள் நூறு வயதுவரை உயிர் வாழப் போவதாக இன்றே உறுதி பூணுங்கள்.

ஊட்டச்சத்துமிக்க, சிறப்பான, ஆரோக்கியமான உணவைச் சரிவிகிதத்தில் உண்ணுங்கள். சிறப்பான உணவு உடனடியாக உங்களுடைய எண்ணம் மற்றும் உணர்ச்சிகள்மீது ஒரு நேர்மறையான தாக்கம் ஏற்படுத்தும்.

நடத்தல், ஓடுதல், நீச்சலடித்தல், சைக்கிள் ஓட்டுதல் போன்றவற்றில் தினந்தோறும் ஈடுபடுங்கள். உடற்பயிற்சிக்கூடத்திற்குச் செல்லுங்கள். நீங்கள் வழமையாக உடற்பயிற்சி செய்கின்றபோது, நீங்கள் மகிழ்ச்சியாகவும் ஆரோக்கியமாகவும் உணர்வீர்கள். எப்போதும் உட்கார்ந்து கொண்டு இருப்பவர்களோடு ஒப்பிடுகையில், நீங்கள் குறைவான அளவே களைப்பையும் மன அழுத்தத்தையும் உணர்வீர்கள்.

அதோடு, போதுமான அளவு ஓய்வு எடுங்கள், ஆசுவாசமாக இருங்கள். நீங்கள் உங்களுடைய ஆற்றலைத் தொடர்ந்து முடுக்கிவிட்டுக் கொண்டே இருக்க வேண்டும். குறிப்பாக, உங்களுக்கு மன அழுத்தம் அல்லது வேறு பிரச்சனைகள் இருக்கின்றபோது இதை நீங்கள் செய்ய வேண்டும். “களைப்பு நம்மைக் கோழைகளாக ஆக்கிவிடும்,” என்று வின்ஸ் லொம்பார்டி கூறியுள்ளார்.

நம்மை எதிர்மறை உணர்ச்சிகளுக்கு இட்டுச் செல்வதில் மோசமான உடல் ஆரோக்கியப் பழக்கங்கள், களைப்பு, உடற்பயிற்சியின்மை, ஓய்வின்றி உழைத்தல் ஆகியவை முக்கியக் காரணிகளாக விளங்குகின்றன. வாழ்க்கையில் ஒரு சமநிலையை ஏற்படுத்திக் கொள்ளுங்கள்.

7. நேர்மறையான எதிர்பார்ப்புகள்

ஒரு நேர்மறையாளராக ஆவதற்கான ஆற்றல்மிக்க உத்திகளில் நேர்மறையான எதிர்பார்ப்புகள் குறிப்பிடத்தக்கவை. அது நேர்மறையான விளைவுகளைப் பெற உங்களுக்கு உதவும்.

உங்களுடைய எதிர்பார்ப்புகளே உங்களுடைய தீர்க்கதரிசனங்களாக மாறும். நீங்கள் நம்பிக்கையுடன் எவற்றையெல்லாம் எதிர்பார்க்கிறீர்களோ, அவையெல்லாம் உங்களுடைய வாழ்க்கையில் வந்து சேர்வதைப்போலத்தான் தெரிகிறது.

உங்களுடைய எதிர்பார்ப்புகளை உங்களால் கட்டுப்படுத்த முடியும் என்பதால், நீங்கள் எப்போதும் சிறப்பானவற்றையே எதிர்பார்க்க வேண்டும். வெற்றியாளராக இருப்பதை எதிர்பாருங்கள். மக்கள் மத்தியில் பிரபலமானவராக இருப்பதை எதிர்பாருங்கள். மாபெரும் இலக்குகளை அடைவதை எதிர்பாருங்கள். உங்களுக்காக மிகச் சிறந்த வாழ்க்கை ஒன்றை உருவாக்கிக் கொள்ளப் போவதாக எதிர்பாருங்கள். உங்களுடைய வாழ்க்கையில் எப்போதும் நல்ல விஷயங்களே நடக்கும் என்று நீங்கள் எதிர்பார்க்கின்றபோது, உங்களுக்கு ஏமாற்றம் அரிதாகவே நிகழும்.

முடிவுரை

செயல்நடவடிக்கைதான் எல்லாமே

செயல்நடவடிக்கைதான் எல்லாமே. இந்நூலில் நீங்கள் இதுவரை கற்றுக் கொண்டுள்ள யோசனைகளைச் செயல்படுத்தப் போவதாக உறுதி பூணுங்கள். நீங்கள் தவளையை முத்தமிடத் துணியப் போவதாகவும், உங்களுடைய வாழ்க்கையின் இனிமையற்றச் சூழ்நிலைகளை நேருக்கு நேர் எதிர்கொள்ளப் போவதாகவும், முற்றிலும் நேர்மறையான, மகிழ்ச்சியான, ஆரோக்கியமான ஒரு நபராக உருவாகப் போவதாகவும் உறுதியெடுத்துக் கொள்ளுங்கள்.

- **உங்களுடைய வாழ்க்கையில் இடம் பெற்றுள்ள எதிர்மறையான மக்கள், எதிர்மறையான சூழ்நிலைகள், எதிர்மறை உணர்ச்சிகளில் உங்களைச் சிக்கித் தவிக்க வைக்கின்ற நினைவுகள் போன்ற தவளைகளை அடையாளம் காணுங்கள்.**

- **ஓர் அசாதாரணமான வாழ்க்கையை வாழத் தேவையான அனைத்து விதமான ஆற்றல்வளங்களையும் கொண்டுள்ள மிகச் சிறந்த மனிதர் நீங்கள் என்பதைப் புரிந்து கொண்டு, அதை ஏற்றுக் கொள்ளுங்கள்.**

- உங்களுடைய வாழ்க்கையில் நீங்கள் எதிர்கொள்ளக்கூடிய எந்தவோர் எதிர்மறைச் சூழ்நிலையையும் நேருக்கு நேர் சந்தித்து அவற்றை ஒரேயடியாய் ஒழித்துக்கட்டிவிடுவது என்று இன்றே உறுதி பூணுங்கள்.

- கோபம் போன்ற எதிர்மறை உணர்ச்சிகளை உங்களிடம் தோற்றுவிக்கின்ற காரணிகளை அடையாளம் காணுங்கள். அந்தப் பகுதியில் உங்களுடைய சிந்தனையை மாற்றத் துவங்குங்கள். "நான் இதற்குப் பொறுப்பேற்றுக் கொள்கிறேன்!" என்று, அவை உங்களுடைய ஆளுமையின் ஓர் அங்கமாக ஆகின்றவரை மீண்டும் மீண்டும் கூறுங்கள்.

- எதற்காகவும் எவரையும் விமர்சிக்கவோ, அவர்களுக்குக் கண்டனம் தெரிவிக்கவோ, அல்லது அவர்கள்மீது குற்றம் சாட்டவோ செய்யாதீர்கள். மாறாக, இப்போது நீங்கள் எப்படி இருக்கிறீர்களோ, அதற்கு முழுப் பொறுப்பு ஏற்றுக் கொள்ளுங்கள்.

- உங்களை எந்தவிதமான நிபந்தனையும் இன்றி ஏற்றுக் கொள்ளுங்கள். "என்னை எனக்குப் பிடித்திருக்கிறது!" என்று மீண்டும் மீண்டும் கூறி உங்களுடைய சுயமதிப்பை உயர்த்திக் கொள்ளுங்கள்.

- வாழ்க்கையில் உங்களுக்கு என்ன வேண்டும் என்பதைத் துல்லியமாகத் தீர்மானித்துக் கொள்ளுங்கள். பின் அதைப் பற்றியே எப்போதும் சிந்தியுங்கள், பேசுங்கள். உங்களுக்கு மிகவும் முக்கியமாகப் படுகின்ற ஒரு விஷயத்திற்குள் உங்களை மூழ்கடித்துக் கொள்ளுங்கள். அப்போது உங்களை இழுத்துப் பிடித்துக் கொண்டிருக்கின்ற விஷயங்களைப் பற்றிச் சிந்திக்க உங்களுக்கு நேரம் இருக்காது.

- **குற்றவுணர்வைப் பிறர் உங்கள்மீது பயன்படுத்தி உங்களைத் தங்கள் இஷ்டத்திற்கு வளைப்பதற்கு ஒருபோதும் இடம் கொடுக்காதீர்கள். அதேபோல, நீங்களும் பிறரை வளைப்பதற்காக அவர்களுடைய குற்றவுணர்வைப் பயன்படுத்தாதீர்கள்.**

- **நீங்கள் எதிர்கொள்கின்ற ஒவ்வொரு பிரச்சனையில் அல்லது இன்னலில் ஒளிந்திருக்கின்ற நல்ல விஷயங்களைக் கண்டுபிடிக்க முயலுங்கள். உங்களுக்கு நன்மை பயக்கின்ற ஏதோ ஒன்று அதில் கண்டிப்பாக இருக்கும்.**

- **ஒவ்வொரு தடை மற்றும் பின்னடைவுக்கும் பின்னாலுள்ள மதிப்புமிக்கப் படிப்பினையைத் தேடுங்கள்.**

- **நீங்கள் உங்களுடைய வாழ்க்கையில் சந்திக்கின்ற ஒவ்வொரு நபரையும், உலகிலேயே அவர்தான் மிக முக்கியமான நபர் என்பதுபோல, ஒரு வசீகரமான இளவரசன் அல்லது அழகான இளவரசிபோல நடத்துங்கள்.**

- **பரிபூரணமான நேர்மறையாளராக ஆவதற்குத் தேவையான ஏழு அம்சங்களையும் பயிற்சி செய்யுங்கள். உங்களால் எவ்வளவு சிறப்பாக ஆக முடியுமோ அதை அடைவதற்குத் தேவையான முழு ஆற்றல்வளத்தையும் விடுவியுங்கள்.**

நீங்கள் ஒரு பூரணமான நல்ல மனிதர். வெற்றியையும் மகத்துவத்தையும் அடைவதற்காகப் படைக்கப்பட்டுள்ளவர் நீங்கள். இன்னும் நூறு பிறவிகளுக்குப் பயன்படுத்தத்தக்க அளவு ஆற்றல்வளங்கள் உங்களிடம் கொட்டிக் கிடக்கின்றன. உங்களால் சாதிக்க முடியாதது என்ற ஒன்று கிடையவே கிடையாது.

ஏதோ ஒரு வழியில் உங்களுக்கு மனக்காயம் ஏற்படுத்தியிருந்த அனைவரையும் மன்னிக்கக் கற்றுக் கொண்டு, பிறருடனான உறவில் மிகச்

சிறந்த ஒருவராக உருவாவதற்கு உங்களை நீங்கள் அர்ப்பணித்துக் கொள்கின்றபோது, நீங்கள் உங்களுடைய வாழ்க்கையை உங்களுடைய முழுக் கட்டுப்பாட்டிற்குள் கொண்டுவருகிறீர்கள். நீங்கள் உங்களுடைய அனைத்துத் திறமைகளையும் உச்சபட்சமாக உயர்த்தி, ஆரோக்கியம், மகிழ்ச்சி, அருமையான உறவுகள், சாதனைகள், மற்றும் பூரண மனநிறைவு கொழிக்கின்ற இராஜபாட்டையில் வெற்றிநடை போடுவீர்கள்.

நன்றியுரை

பெரெட்–கோஹ்லர் பதிப்பகத்திலுள்ள அற்புதமான நபர்களுக்கு, குறிப்பாக, அதன் பதிப்பாளரும் எடிட்டருமான ஸ்டீவ் பியர்சான்டிக்கு நாங்கள் இருவரும் நன்றி தெரிவித்துக் கொள்ள விரும்புகிறோம். இந்த நூல் ஒரு யோசனையாக உருவானதிலிருந்து இறுதிவரை அவர் எங்களுக்குத் தொடர்ந்து வழிகாட்டி வந்தார். இதற்குக் குறிப்புகள் கொடுத்து உதவியதற்காக ஜீவன் சுப்பிரமணியத்திற்கும் நாங்கள் நன்றி தெரிவித்துக் கொள்கிறோம். சோலி பார்க், ஜூலி பிங்கர்டன், அட்ரியன் ரஸ், கிறிஸ் மோரிஸ், பிரிட்டா அட்கின்சன் ஆகியோர் இதை முதலில் படித்து மதிப்பாய்வு செய்தனர். அவர்களுடைய யோசனைகளும் பரிந்துரைகளும் இந்நூலை மேம்படுத்தவும் மெருகேற்றவும் உதவின. அதற்காக அவர்களுக்கு எங்களுடைய நன்றியைத் தெரிவித்துக் கொள்கிறோம்.

இதில் இடம் பெற்றுள்ள யோசனைகளை சுவீகரித்துக் கொண்டு அவற்றைத் தங்களுடைய வாழ்வில் நடைமுறைப்படுத்தி, தாங்கள் மிகச் சிறந்த நபர்களாக ஆவதற்குத் தடையாக இருந்து கொண்டிருந்த தங்களுடைய எதிர்மறையான நம்பிக்கைகளையும் உணர்வுகளையும் தூக்கியெறிந்துள்ள என்னுடைய இலட்சக்கணக்கான மாணவர்களுக்கு, பிரையன் டிரேசியாகிய நான் நன்றி தெரிவித்துக் கொள்ள விரும்புகிறேன்.

எல்லாவற்றுக்கும் மேலாக, என்னுடைய அற்புதமான மனைவி பார்பராவுக்கு நான் நன்றி தெரிவிக்கக் கடமைப்பட்டுள்ளேன். 1981லிருந்தே அவர் என்னுடன் இணைந்து பணியாற்றி வந்துள்ளார். உளவியல், ஆளுமை வளர்ச்சி போன்றவற்றில் அவருக்கு இருந்த நிபுணத்துவம்,

என் கருத்துகளை மெருகேற்றுவதற்கும், உலகெங்கும் அவற்றை எடுத்துச் செல்வதற்கும் எனக்குப் பெருமளவு உதவியாக இருந்தது.

கிறிஸ்டினாவாகிய நான், எனக்கு ஊக்கமளித்த, என்மீது அன்பு செலுத்திய பலருக்கு நன்றி தெரிவித்துக் கொள்ள விரும்புகிறேன். அதில் முதலில் இடம் பெற்றிருப்பவர்கள் குடும்ப உறுப்பினர்கள்: அம்மா, அப்பா, மைக்கேல், தாஷா, டேவிட், சாரா மற்றும் கேட். இரண்டாவதாக வருபவர்கள் என்னுடைய மற்றொரு குடும்பத்தார்: ஜாக்கி, லேரி, ஸ்கார், ஜீஜீ, திருவாளர் ஜீஜீ, மற்றும் டேனியல்.

நிக்கி ரெயின், மினா நூபெர்க் ஆகிய என்னுடைய நண்பர்களுக்கும் நான் நன்றி கூறிக் கொள்கிறேன். என்னிடமிருந்த சாத்தியக்கூறுகளைப் பார்த்துவிட்டு என்னை ஊக்குவித்ததோடு, அவர்கள் தொடர்ந்து என்மீது அன்பைப் பொழிந்தும் வந்தனர். கேள்விகள் கேட்பதற்கும், ஆராய்வதற்கும், நம்பிக்கை வைப்பதற்கும், உளவியல் மற்றும் மனித வளர்ச்சி தொடர்பான பல கொள்கைகளை சுவீகரித்துக் கொள்வதற்கும் என்னை ஊக்குவித்த என்னுடைய வழிகாட்டிகளுக்கு நான் என்னுடைய நன்றிகளைத் தெரிவித்துக் கொள்கிறேன். டெபி கூய்லார்ட், லாரி நாப், ஜூடி கிரேர், ஜெரால்ட் ஜெலிசன், டெபி பிரன்ஸ்டன், ஆஸ்ட்ரிட் ஸ்வார்ட்ஸ், பால் செக் ஆகியோருக்கு என் நன்றிகள். சதுப்பு நிலங்களில் எனக்கு வழிகாட்டி, என்னுடைய சொந்தத் தவளைகளை நான் அரவணைத்துக் கொள்ள எனக்கு உதவியமைக்காக ஜோசி கெல்லிக்கு என் நன்றிகள். என் அப்பா பிரையனுக்கும் என் அம்மா பார்பராவுக்கும் பிரத்யேகமான நன்றிகள். அவர்கள் இருவரும் தங்களுடைய செழுமையான அறிவாற்றலால், என்னைத் தன்னம்பிக்கைமிக்கவளாக, மன உறுதி படைத்தவளாக, எடுத்தக் காரியத்தில் விடாப்பிடியாக இருக்கின்ற ஒருத்தியாக வளர்த்துள்ளனர். என் அறிவிலும் திறமையிலும் நம்பிக்கை வைத்தமைக்காக உங்களுக்கு என் நன்றி. நான் என் அப்பாவுடன் சேர்ந்து இந்த நூலை எழுதியுள்ளது குறித்து நான் மிகவும் உற்சாகமடைந்துள்ளேன்.

PSV குமாரசாமி

மொழிபெயர்ப்பாளர்

இவர் ஒரு கவிஞர். மொழிபெயர்ப்பாளர். சுற்றுச்சூழல் ஆர்வலர். மலையேற்றப் பயிற்சியாளர். புகைப்படம் எடுப்பதில் அலாதி ஆர்வம் உடையவர். ஊர் சுற்றுவதில் ஏக விருப்பமுடையவர்.

தனக்குத் தெரிய வரும் நல்ல விஷயங்களை, அவற்றைத் தெரிந்து கொள்ள வாய்ப்பு இல்லாதவர்களுடன் பகிர்ந்து கொள்வதை இலட்சியமாகக் கொண்டவர். மொழிபெயர்ப்பின்மீது இவருக்கு நாட்டம் வந்ததற்கு இந்த ஆர்வம்தான் காரணம்.

இவரது முப்பதாண்டுகால மொழிபெயர்ப்பு அனுபவத்தில் எண்பதுக்கும் மேற்பட்ட நூல்கள், எண்ணற்றக் கட்டுரைகள் மற்றும் கவிதைகள் வெளிவந்துள்ளன. இலக்கியம், சுயமுன்னேற்றம், சுற்றுச்சூழல், பொருளாதாரம், அறிவியல் போன்ற பல்வேறு துறைகள் தொடர்பான நூல்கள் அவற்றில் அடங்கும்.

ரோன்டா பைர்னின் உலகப் புகழ்பெற்ற நூலான 'இரகசியம்', டோனி ஜோசஃபின் 'ஆதி இந்தியர்கள்', ஸ்டீபன் ஹாக்கிங்கின் 'ஆழமான கேள்விகள் அறிவார்ந்த பதில்கள்' போன்றவை இவருடைய மொழியாக்கத்தில் வெளிவந்துள்ள நூல்களில் குறிப்பிடத்தக்கவை.

இவர் தன் மனைவி திருமதி நாகலட்சுமி சண்முகம் அவர்களுடனும் தன் மகன்கள் இருவருடனும் தற்போது மும்பையில் வசித்து வருகிறார். நாகலட்சுமியும் ஒரு சிறந்த மொழிபெயர்ப்பாளர். அவர் கிட்டத்தட்ட 100 தலைசிறந்த ஆங்கில நூல்களைத் தமிழில் மொழிபெயர்த்துள்ளார்.

பிரையன் டிரேசி

நூலாசிரியர்

உலகில் இன்று தலைசிறந்த வியாபாரப் பேச்சாளர்களில் ஒருவராகத் திகழ்பவர் பிரையன் டிரேசி. 75 நாடுகளைச் சேர்ந்த 1,000க்கும் அதிகமான பெருநிறுவனங்களுக்கும் 10,000க்கும் அதிகமான சிறிய மற்றும் நடுத்தர நிறுவனங்களுக்கும், தலைமைத்துவம், மேலாண்மை, விற்பனை, வியாபார மாதிரி மறுசீரமைப்பு, இலாப மேம்பாடு ஆகிய விஷயங்களில் பல கருத்தரங்குகளை அவர் வடிவமைத்து வழங்கியுள்ளார்.

உலகம் நெடுகிலும் 5,000க்கும் அதிகமான சொற்பொழிவுகளை அவர் ஆற்றியுள்ளார். இதை 50,00,000க்கும் அதிகமானோர் கேட்டுள்ளனர். அவர் தற்போது ஒவ்வோர் ஆண்டும் 2,50,000 மக்களிடையே உரையாற்றி வருகிறார். அவர் உருவாக்கியுள்ள சுவாரசியமான, காணொளி சார்ந்த பயிற்சி வகுப்புகள் 38 நாடுகளில் கற்றுக் கொடுக்கப்படுகின்றன.

பிரையன் டிரேசி ஒரு வெற்றிகரமான நூலாசிரியர். அவர் 80க்கும் அதிகமான நூல்களை எழுதியுள்ளார். அவை 42க்கும் அதிகமான மொழிகளில் மொழிபெயர்க்கப்பட்டு இருக்கின்றன. அவருடைய **விண்ணளவு சாதனை, சிந்தனையை மாற்றுங்கள் வாழ்க்கையை மாற்றுங்கள், சாக்குப்போக்குகளை விட்டொழியுங்கள், இலக்குகள், காலை எழுந்தவுடன் தவளை** ஆகிய நூல்கள் தமிழில் மொழிபெயர்க்கப்பட்டு வெளிவந்துள்ளன.

கிறிஸ்டினா டிரேசி ஸ்டைன்

நூலாசிரியர்

கிறிஸ்டினா, உளவியலில் இளங்கலைப் பட்டமும், சிகிச்சைசார் உளவியலில் முதுகலைப் பட்டமும் பெற்றவர். அதோடு, திருமணம் மற்றும் குடும்ப உறவு தொடர்பான ஆலோசனைகள் வழங்குவதற்கான உரிமமும் பெற்றுள்ளவர் அவர். இப்போது அவர் வாழ்க்கைமுறைப் பயிற்றுவிப்பாளராக இருந்து வருகிறார்.

சொந்தமாகச் சிகிச்சைசார் உளவியல் ஆலோசனைகள் வழங்குகின்ற மையத்தைத் துவக்குவதற்கு முன்பாக அவர் பல பெருநிறுவனங்களில் பணியாற்றியுள்ளார். தனிநபர்கள், தம்பதிகள் மற்றும் குழுக்களுக்கு அவர் ஐயாயிரம் மணிநேரத்திற்கும் அதிகமாக உளவியல் ஆலோசனைகளையும் தனிப்பட்ட அறிவுறுத்தல்களையும் வழங்கியுள்ளார்.

தனிநபர்சார் வளர்ச்சி குறித்து மிகுந்த ஆர்வம் கொண்டுள்ள கிறிஸ்டினா, எண்ணற்றோர் தங்களுடைய வலிமைகளை அறிந்து கொள்வதற்கும், தங்களுடைய இலக்குகளை அடைவதற்கும், ஊக்கமிக்க வாழ்க்கையை வாழ்வதற்கும் உதவியுள்ளார்.

கிறிஸ்டினா தன் கணவருடனும் தன் மூன்று குழந்தைகளுடனும் தற்போது கலிபோர்னியாவில் வசித்து வருகிறார்.